VỀ MÁI
CHÙA XƯA

VỀ MÁI CHÙA XƯA
NGUYÊN MINH

Bản quyền thuộc về tác giả và Nhà xuất bản Liên Phật Hội (United Buddhist Publisher).

Copyright © 2017 by Nguyen Minh
ISBN-13: 978-1545518625
ISBN-10: 1545518629

© All rights reserved. No part of this book may be reproduced by any means without prior written permission from the publisher.

NGUYÊN MINH

VỀ MÁI CHÙA XƯA

NHÀ XUẤT BẢN LIÊN PHẬT HỘI

Thư ngỏ

Trong khoảng vài thập niên vừa qua, sự bùng nổ các phương tiện thông tin trên toàn thế giới, và nhất là trên khắp các thành phố lớn ở Việt Nam ta, đã mang đến những thuận lợi lớn lao thúc đẩy sự tiến bộ vượt bực trong hầu hết các lãnh vực khoa học, kỹ thuật, công nghệ, giáo dục... Nhưng bên cạnh đó, môi trường phát triển mới cũng đặt ra không ít những khó khăn thách thức, những ưu tư lo ngại về sự phát triển tinh thần của thế hệ trẻ trong tương lai.

Những ưu tư lo ngại này là hoàn toàn có cơ sở thực tế. Như một cơn bão lốc tràn qua, những yếu tố của nền văn minh khoa học kỹ thuật hiện đại đang từng ngày tác động làm lung lay những giá trị đạo đức, tâm linh trong cội nguồn văn hoá dân tộc. Điều này đặc biệt đáng lo ngại đối với lớp trẻ, bởi các em như những cây non còn chưa đủ thời gian để bám rễ sâu vững vào lòng đất mẹ, chưa đủ thời gian để cảm nhận và tiếp nhận đầy đủ những giá trị tinh hoa từ truyền thống lâu đời do tổ tiên truyền lại, và đã phải tiếp xúc quá nhiều, quá sớm với những giá trị văn hoá ngoại lai. Mặc dù phần lớn trong đó có giá trị tích cực trong việc thúc đẩy sự phát triển xã hội về mặt kinh tế, khoa học, kỹ thuật, công nghệ... nhưng cũng có không ít các yếu tố độc hại đối với tâm hồn non trẻ của tầng lớp thanh thiếu niên trong độ tuổi mới lớn.

Sự độc hại này không phải do nhận xét chủ quan hay bảo thủ của thế hệ cha anh, mà là một thực tế hiển nhiên vẫn tồn tại từ Đông sang Tây, ở bất cứ xã hội, đất nước nào mà nền văn minh công nghiệp hiện đại phát triển mạnh. Nó được biểu hiện cụ thể qua những số liệu đáng lo ngại về tỷ lệ cao và rất cao của những vụ phạm pháp vị thành niên, có thai và phá thai ở độ tuổi rất sớm, hay những vụ ly hôn không lâu sau ngày cưới... và đi xa hơn nữa là nghiện rượu, là hút, chích ma tuý, rồi dẫn đến trộm cướp, tự tử...

Tất cả những điều đó không phải gì khác hơn mà chính là biểu hiện của sự thiếu vắng các giá trị tinh thần, các giá trị tâm linh vốn là cội nguồn của đạo đức, của văn hoá dân tộc. Các nhà giáo dục, các vị lãnh đạo của chúng ta hẳn là đã sớm nhận ra điều này và đã có những phản ứng tích cực, đúng đắn qua hàng loạt các phong trào "về nguồn" cũng như khuyến khích việc xây dựng một nền văn hoá mới "đậm đà bản sắc dân tộc"...

Những gì chúng ta đã làm là đúng nhưng chưa đủ. Trong bối cảnh thực tế, các bậc cha mẹ, thầy cô giáo... đang dần dần phải bó tay trong việc quản lý môi trường tiếp xúc của con em mình. Những điểm dịch vụ Internet mọc lên nhan nhản khắp nơi, và chỉ cần ngồi trước máy tính là các em có thể dễ dàng tiếp xúc với *"đủ thứ trên đời"* mà không một con người đạo đức nào có thể tưởng tượng ra nổi! Ở mức độ nhẹ nhất cũng là những cuộc tán gẫu (*chat*) hàng giờ vô bổ trên máy tính, những *"chuyện tình"* lãng mạn của các cô cậu nhí chưa quá tuổi 15! Và hậu quả không tránh khỏi tất nhiên là năng lực học tập sút giảm, các thói quen xấu hình thành... và hàng trăm sự việc không mong muốn cũng đều bắt đầu từ đó.

Xã hội hoá giáo dục là cách duy nhất mà chúng ta có thể làm để đối phó với thực trạng phức tạp này. Và chúng ta đã khởi sự làm điều đó từ nhiều năm qua. Vấn đề chúng tôi muốn đề cập ở đây là một sự mở rộng hơn nữa khái niệm *"xã hội hoá"* và các hình thức giáo dục, trực tiếp cũng như gián tiếp. Một trong những việc làm thiết thực nhất để góp phần vào việc này có thể là cố gắng cung cấp cho các em một loạt những tựa sách có nội dung lành mạnh, hướng dẫn đời sống tinh thần cũng như vun bồi những giá trị đạo đức vốn có của dân tộc.

Việc bảo vệ đời sống tinh thần cho con em chúng ta là trách nhiệm chung của tất cả mọi người, vì thế chúng tôi thiết nghĩ là tất cả các bậc phụ huynh đều phải tích cực tham gia, tất cả các ngành, các giới... đều phải tích cực tham gia, và hãy tham gia một cách cụ thể bằng những việc làm cụ thể.

Xuất phát từ những suy nghĩ và nhận thức như trên, Công ty Văn hóa Hương Trang chúng tôi đã hết sức vui mừng khi nhận được lời đề nghị của một nhóm các anh em nhân sĩ trí thức Phật giáo về việc hợp tác mở một tủ sách với chủ đề hướng dẫn đời sống tinh thần. Chúng tôi đã đồng ý với nhau sẽ cố gắng duy trì loạt sách này trong bao lâu mà chúng tôi còn nhận được sự ủng hộ từ độc giả, cho dù khả năng thu lợi nhuận từ một tủ sách như thế này có thể là rất thấp.

Với hơn 25 thế kỷ tồn tại và phát triển, song hành với biết bao giai đoạn thăng trầm trong lịch sử đất nước, Phật giáo là tôn giáo lớn nhất và cổ xưa nhất của dân tộc ta, xứng đáng là người anh cả trong đại gia đình các tôn giáo, tín ngưỡng Việt Nam - một người anh cả luôn bao dung và khoan hoà, luôn nêu cao những chuẩn mực đạo đức, tín ngưỡng truyền thống của dân tộc. Chính vì vậy, mỗi giá trị tinh thần của Phật giáo đều đã trở thành di sản quý giá chung của toàn dân tộc.

Loạt sách này của chúng tôi sẽ được mang một tên chung là "RỘNG MỞ TÂM HỒN", và nhắm đến việc cung cấp những hiểu biết cơ bản về Phật giáo trên tinh thần vận dụng một cách thiết thực vào chính cuộc sống hằng ngày. Thiết nghĩ, khi có được những giá trị tinh thần này, chúng ta sẽ như những cây xanh có cội nguồn, có gốc rễ vững chắc, và sẽ không dễ gì bị lung lay, tác hại bởi những yếu tố tiêu cực trong văn hoá ngoại lai. Hơn thế nữa, chúng ta sẽ có thể tạo lập một đời sống tinh thần tốt đẹp hơn, vững chãi hơn giữa cuộc sống bon chen tất bật này.

Hy vọng đây sẽ là loạt sách bổ ích cho bất cứ ai

muốn tìm hiểu về văn hoá Phật giáo, và thông qua đó cũng là hiểu được phần lớn cội nguồn văn hoá dân tộc. Mặc dù mục đích chính là nhắm đến việc hướng dẫn đời sống tinh thần cho lớp trẻ, chúng tôi vẫn hy vọng là loạt sách cũng góp phần củng cố những giá trị văn hoá đạo đức nói chung. Và như vậy, mục tiêu đề ra có thể là quá lớn so với trình độ và khả năng hiện có của chúng tôi. Vì thế, chúng tôi xin chân thành đón nhận mọi sự góp ý xây dựng cũng như những lời chỉ giáo từ quý vị độc giả cao minh, để nội dung loạt sách sẽ ngày càng hoàn thiện hơn. Chúng tôi cũng sẽ rất vui mừng được đón nhận sự hợp tác của bất cứ tác giả nào quan tâm đến chủ đề này. Quý vị có thể liên lạc qua thư từ hoặc trực tiếp tại địa chỉ: Công ty Văn hóa Hương Trang, số 416 đường Nguyễn Thị Minh Khai, phường 5, quận 3, thành phố Hồ Chí Minh, hoặc điện thoại số: (08) 383 223 86, hoặc qua điện thư: nguyenminh@rongmotamhon.net

Trân trọng

CÔNG TY VĂN HÓA HƯƠNG TRANG

LỜI NÓI ĐẦU

Năm 2004 khép lại với một biến cố đau thương chưa từng thấy trong lịch sử loài người. Cả thế giới kinh hoàng và nhỏ lệ trước những mất mát lớn lao cho hàng trăm ngàn gia đình sau trận thiên tai sóng thần ở vùng ven biển châu Á, với thiệt hại nhân mạng cho hàng loạt quốc gia như Indonesia, Sri Lanka, Ấn Độ, Malaysia, Thái Lan, Myanmar... Chưa bao giờ người ta có thể cảm nhận được sự mong manh của kiếp sống con người một cách rõ ràng và cụ thể đến như thế. Và cũng chưa bao giờ người ta có thể thấy rõ hơn sự vô nghĩa của tiền tài, danh vọng... khi đối mặt với ý nghĩa cuối cùng của đời sống. Hàng trăm ngàn con người, trong đó có không ít những thương gia đang thành đạt, không ít những người giàu có đang thụ hưởng tất cả những gì tốt đẹp nhất mà cuộc sống có thể mang lại... chỉ trong thoáng chốc đã trở thành những xác không hồn, vĩnh viễn chấm dứt đời sống trong nỗi kinh hoàng và bất lực khi những cơn sóng cao ngất trời ập đến không báo trước.

Sau khi thảm họa xảy ra, người ta xôn xao bàn tán về một khả năng có thể phòng tránh nhờ một hệ thống cảnh báo sớm. Người ta đầu tư công sức, tiền bạc, trí tuệ... với hy vọng có thể tránh né được những thảm họa tương tự trong tương lai.

Thế nhưng, ai biết được là lần tới đây thiên tai sẽ xảy ra theo cách nào? Cũng như chỉ trước khi trận sóng thần xảy ra thôi, ai có thể hình dung được nó sẽ xảy ra như thế? Trong một chừng mực nào đó, hoàn toàn không bi quan, nhưng chúng ta phải thừa nhận một sự thật là trong tự nhiên vẫn còn có quá nhiều điều chúng ta chưa biết, và ngay cả khi đã biết, ta vẫn không thể nào kiểm soát tất cả theo ý mình. Sự mong manh của mỗi một kiếp người hay sự mong manh của cả vũ trụ này vẫn là một cái gì đó nằm ngoài tầm của những kiến thức khoa học mà hiện nay ta đang có được.

Hàng triệu người đã nhận thức được điều đó. Và ý nghĩa tích cực của vấn đề ở đây là nó giúp chúng ta hiểu được ý nghĩa đích thực của đời sống. Ý nghĩa đó rõ ràng là không nằm ở những gì chúng ta vẫn nỗ lực tích lũy trong cuộc sống như tiền tài, danh vọng, tri thức, của cải vật chất... Tất cả những thứ ấy đều mong manh và có thể tan rã bất cứ lúc nào cũng giống như chính mạng sống này của mỗi chúng ta. Một thiên tai có thể xảy đến cho hàng trăm ngàn người, thì một tai nạn bất kỳ nào đó cũng có thể xảy đến cho riêng ta vào bất cứ lúc nào và cướp đi tất cả những gì mà ta đang ôm ấp, tích lũy, xây dựng... Vì thế, ý nghĩa của đời sống phải được tìm thấy ngay trong những giây phút quý giá mà ta đang còn được sống. Đó là niềm hạnh phúc khi chúng ta được thương yêu, tin cậy và chia sẻ cùng nhau trong cuộc sống; đó là những giá trị tinh thần sẽ còn mãi trong tâm thức mỗi chúng ta ngay cả khi một người thân nào đó của ta đã vĩnh viễn nằm xuống; đó là những

Lời nói đầu

giá trị tinh thần giúp cho ta có thể cảm nhận được sự bình an, vững chãi và hạnh phúc chân thật ngay trong đời sống, cho dù ta vẫn còn phải đối mặt với những khó khăn nhất định trong việc mưu sinh.

Và những giá trị tinh thần ấy không nằm vung vãi trên đường phố hay trong những siêu thị để chúng ta có thể lao vào cuộc sống bon chen này và nhặt lấy. Chúng chỉ có thể được tìm thấy khi chúng ta quay về với thế giới nội tâm của chính mình, cảm nhận và trân quý từng phút giây của đời sống đang trôi qua, để biết rằng mình phải học hỏi và thực hành rất nhiều điều mà nhiều thế hệ cha ông trước đây đã từng truyền dạy.

Tập sách này như một lời tâm sự với những người bạn trẻ, những người đang đứng trước ngưỡng cửa vào đời nhưng có thể là chưa xác định được một hướng đi vững chắc, và quan trọng hơn nữa là đang phải đối mặt với những yếu tố độc hại như một hệ quả tất yếu của nền văn minh công nghiệp hiện đại, nhưng lại không có được tấm áo giáp tinh thần để phòng hộ một cách chắc chắn như thế hệ cha anh mình trước đây.

Trên tinh thần đó, tác giả xin chân thành đón nhận mọi sự chỉ giáo từ các bậc cao minh, cũng như sự góp ý xây dựng từ quý bạn đọc gần xa.

Mùa xuân, 2005.
NGUYÊN MINH

Hôm qua em đi chùa Hương...

Khi tôi đọc bài thơ *"Chùa Hương"* của Nguyễn Nhược Pháp, ấn tượng mạnh nhất đối với tôi không phải là những vần thơ trong sáng, nhẹ nhàng và duyên dáng, mặc dù đó chính là những gì mà tôi cảm nhận được ngay từ lần đọc đầu tiên. Ấn tượng mạnh nhất đối với tôi qua bài thơ này lại chính là sự nhập vai đến thần kỳ của nhà thơ để nói lên được cái nôn nao, háo hức của một cô bé 15 tuổi khi được "thầy mẹ" cho đi chùa. Điều đó cho thấy bản thân nhà thơ chắc hẳn cũng đã từng trải qua tâm trạng ấy, và ông đã ghi nhớ được để có thể khắc hoạ lại nó trong bài thơ bất hủ của mình một cách rất thành công.

Phần lớn trong chúng ta không có được trí nhớ và hồi ức tốt như Nguyễn Nhược Pháp. Đôi khi chúng ta dễ dàng quên đi những cảm xúc đã từng xảy đến cho mình khi còn trẻ, và vì thế mà chúng ta ít có khả năng hiểu được để cảm thông với những gì mà con em chúng ta, những người còn rất trẻ, đang cảm nhận, đang trải qua.

Tôi vẫn còn nhớ những giây phút nôn nao, háo hức của lần đầu tiên theo cha mẹ lên chùa. Ngôi chùa làng quê thuở ấy có thể là đơn sơ mộc mạc hơn nhiều so với ngày nay, cả đến bữa cơm chay được ăn ở chùa cũng đơn sơ lắm, thường chỉ có đĩa mít non kho với tương đậu nành hoặc tương gạo do nhà chùa tự làm, nhưng niềm vui của bọn trẻ chúng tôi khi được tung tăng theo mẹ lên chùa quả là lớn lắm, lớn đến nỗi mà qua bao nhiêu năm tháng thăng trầm trong cuộc sống nhưng đến nay tôi vẫn còn nhớ rõ.

Tôi biết là nhiều em nhỏ ngày nay cũng rất thích được đến chùa - cũng giống như chúng ta ngày xưa thôi. Nhưng cuộc sống thật bận rộn hơn nhiều so với vài ba mươi năm trước đây, và vì thế mà đôi khi chúng ta không có đủ thời gian để chú ý đến những mong muốn của các em.

Nói một cách chính xác hơn, khi trẻ con lớn lên, chúng có khuynh hướng vươn ra tiếp xúc với những gì bên ngoài môi trường gia đình. Mặc dù khi còn bé các em rất thích được ẵm bồng, ôm ấp, nhưng khi bắt đầu biết đi, biết chạy, các em bắt đầu không thích được bồng ẵm nữa, và chỉ thích được chạy nhảy chơi đùa với những em khác cùng độ tuổi. Và từ đó, càng lớn lên các em càng thích vươn xa ra khỏi môi trường gia đình.

Các bậc cha mẹ thì ngược lại, luôn có khuynh hướng muốn bảo vệ các em bằng cách giữ chúng trong môi trường gia đình khép kín. Các vị luôn nghĩ rằng như thế sẽ an toàn hơn, tốt đẹp hơn cho các em. Trong khi đó thì các em luôn chờ đợi bất cứ cơ hội nào để tìm ra với những điều mới lạ hơn ở bên ngoài gia đình. Và trong cuộc *"đối đầu"* này, các bậc cha mẹ thường là người *"chiến bại"*, bởi các em luôn biết cách làm thế nào để thoả mãn ý muốn của mình.

Nếu chúng ta hiểu được điều đó, vấn đề sẽ trở nên dễ dàng hơn. Thay vì ngăn cấm và cố giữ các em ở nhà, chúng ta hãy tìm những nơi thích hợp để cho các em đi đến. Đây cũng là một trong những lý do để các bậc cha mẹ nên cho các em đến chùa. Mặc dù chưa có đủ hiểu biết để tiếp thu những gì sâu xa, mầu nhiệm, nhưng các em luôn có được niềm vui trong sáng khi được đến chùa, và điều đó chắc chắn sẽ để lại những ấn tượng lâu dài rất tốt đẹp trong tâm hồn non trẻ của các em.

Còn một lý do khác, tuy có vẻ khó hiểu hơn nhưng lại rất hiển nhiên không thể nào phủ nhận. Đó là, tự trong tiềm thức sâu xa của mỗi chúng ta, hình ảnh ngôi chùa vốn dĩ đã vô cùng quen thuộc, thân thiết. Điều đó có thể giải thích như là một mối quan hệ tâm linh giữa mỗi chúng ta với tổ tiên từ nhiều đời trước, bởi vì từ hàng ngàn năm trước đây, điều hiển nhiên là không một người dân Việt nào lại không gắn bó với một ngôi chùa nào đó trên khắp những làng quê của đất nước.

Tôi có một người bạn, cứ vài ba hôm lại phải đưa con đến chùa, chỉ để dạo chơi quanh sân chùa chừng mươi lăm phút vào buổi chiều. Anh kể với tôi rằng, con bé - chỉ mới 3 tuổi thôi - đã tỏ rõ vẻ hân hoan ngay từ lần đầu tiên được đưa đến chùa, và sau đó thì chiều nào cũng đòi lên chùa. Cũng may là nhà anh chỉ gần đó thôi. Và sau nhiều lần đưa bé đến chùa, anh mới phát hiện ra là chính anh cũng có nhu cầu được đến chùa theo cách đó để thư giãn sau một ngày làm việc căng thẳng.

Một người cháu trai gọi tôi bằng bác, năm nay chỉ mới 13 tuổi nhưng đã chính thức xuất gia ở chùa. Câu chuyện của em có thể sẽ gợi lên ít nhiều suy nghĩ trong mỗi chúng ta, bởi đây là chuyện hoàn toàn có thật. Từ năm lên 8 tuổi, khi được cha mẹ đưa đến chùa, em đã nhất quyết xin được ở lại chùa. Thầy trụ trì có lẽ cũng đã nhận ra được một căn duyên tốt nơi em nên vui lòng tiếp nhận. Em đã ở hẳn lại chùa suốt mấy năm mà không lộ vẻ nhớ nhà hay lưu luyến gì với cuộc sống ở gia đình trước đó. Và thế là, cách đây một năm em được thầy trụ trì cho chính thức xuất gia.

Chúng ta vẫn thường gặp không ít những câu chuyện tương tự như trên trong cuộc sống. Và chúng ta không thể giải thích bằng cách nào khác hơn là phải thừa nhận một tiềm thức sâu xa ẩn chứa trong mỗi con người. Điều này cũng thể hiện ở mỗi chúng ta, khi ta bỗng dưng cảm thấy rất ưa thích hoặc rất chán ghét một con người, một sự việc nào đó mà không có những nguyên nhân rõ ràng. Và điều này cũng giải thích cho những khác biệt rất xa về tâm tính của những con người sinh ra và lớn lên trong cùng một gia đình, cùng một môi trường nuôi dưỡng và giáo dục hoàn toàn giống nhau.

Ngày nay có một số người đến chùa không phải vì lý do tín ngưỡng. Vì những lý do nào đó, gia đình họ, bản thân họ đã tin theo một tín ngưỡng, một tôn giáo khác, nhưng họ vẫn cảm thấy một sự thân quen, thoải mái khi được đến chùa. Dạo chơi chốc lát trong khuôn viên chùa để cảm nhận sự thư giãn của một bầu không khí hoàn toàn thanh thản không ràng buộc, điều đó thực sự không nhất thiết phải xuất phát từ lý do tín ngưỡng, mà trong thực tế ngày nay đã trở thành một nhu cầu chung trong đời sống tinh thần của rất nhiều người.

Lên chùa thắp một nén hương...

Chúng ta có thể đến chùa với nhiều tâm trạng khác nhau. Có người đến chùa với sự kính ngưỡng, với tâm chân thành để dâng hương lễ Phật, cũng có người đến chùa với một tâm nguyện nào đó ôm ấp trong lòng, và cầu khấn để mong rằng tâm nguyện ấy sẽ sớm trở thành hiện thực, lại cũng có người đến chùa chỉ để thăm thú, vãn cảnh, tìm một vài giây phút thanh thản, thư giãn trong cuộc sống vốn dĩ đầy bon chen, căng thẳng...

Cho dù là chúng ta đến chùa với tâm trạng nào đi nữa, chúng ta cũng cần hiểu qua một số yếu tố tích cực có thể góp phần làm cho việc đến chùa của ta được nhiều lợi lạc hơn.

Yếu tố đầu tiên mà tôi muốn đề cập đến ở đây là *sự buông xả*. Khi bạn đến chùa, trước hết hãy buông xả tất cả những gì đang trĩu nặng trong lòng. Như một ly nước đầy không thể rót thêm vào được nữa, tâm hồn bạn nếu chất chứa đầy những ưu tư, lo nghĩ hay phiền muộn... sẽ không còn có khả năng tiếp nhận gì nữa từ môi trường bên ngoài. Và vì thế, việc đến chùa có rất ít cơ may mang lại cho bạn những giây phút thảnh thơi, an lạc.

Ngôi chùa có thể xem là một cảnh giới hoàn toàn khác biệt với thế giới trần tục mà chúng ta đang sống. Ở đó không có sự bon chen, tranh giành vật chất, địa vị hay quyền lực, không có sự ganh ghét, giận hờn hay đố kỵ lẫn nhau... Đó là cảnh giới của những người hướng đến sự giải thoát, hướng đến sự cởi bỏ tất cả những ràng buộc tầm thường của đời sống thế tục. Vì thế, khi ta bước chân vào đó, điều trước hết là hãy buông xả hết thảy những *"bụi trần"* của thế tục, để có thể mở rộng lòng đón nhận những cơn gió mát lành bên trong cửa từ bi.

Thử tưởng tượng, nếu bạn đến chùa trong một tâm trạng tức giận chưa nguôi ngoai, hoặc đang ôm ấp những lo toan, dự trù cho một công việc quan trọng sắp đến... Liệu trong những trường hợp ấy, bạn có thể nào cảm nhận được sự thanh thản, nhẹ nhàng hay thư giãn được chăng?

Nếu bạn là người đã từng đến chùa nhiều lần, hãy thử nhớ lại và so sánh tâm trạng khác nhau của những lần ấy. Bạn sẽ thấy ra một điều là: có những lần bạn thực sự cảm nhận được sự an lạc, thảnh thơi, và cũng có những lần nào đó bạn hầu như không cảm nhận được chút an vui nào cả. Điều đó không phải gì khác hơn mà chính là sự biểu hiện tâm trạng của mỗi chúng ta khi đến chùa. Nếu chúng ta có khả năng buông xả được tất cả những gì chất chứa trong lòng, chúng ta mới có thể tiếp nhận được niềm vui trong sáng của việc đến chùa. Bằng không, việc đến chùa sẽ có ý nghĩa rất ít trong đời sống tinh thần của chúng ta. Hay nói khác đi, chúng ta sẽ có rất ít khả năng cảm nhận được sự khác biệt giữa việc đến chùa với việc đi đến bất cứ một nơi nào khác.

Nói như thế không có nghĩa là bạn chỉ nên đến chùa khi không có bất cứ điều gì lo toan chất chứa trong lòng. Ngược lại, chính những lúc ấy mới là những lúc bạn rất cần đến chùa. Sự khác biệt ở đây là, bạn cần ý thức thật rõ rệt điều này: Hãy buông xả, bỏ lại tất cả những lo toan của bạn ở bên ngoài cổng chùa, đừng mang chúng vào theo đến tận nơi lễ Phật.

Đây là việc nên làm, nhưng không hẳn đã dễ làm. Quán tính thông thường của hầu hết chúng ta là làm theo cách ngược lại. Chúng ta mang đến chùa hết thảy những ưu tư, lo lắng, niềm vui, nỗi buồn trần tục của mình, để mong rằng khung cảnh thiêng liêng và sự nguyện cầu sẽ có thể giúp ta biến tất cả những điều ấy trở thành tốt đẹp. Đó là một ý niệm sai lầm, và chúng ta sẽ có dịp trở lại để bàn sâu hơn ở một phần khác cũng trong sách này.

Để thực hành bài tập buông xả trước khi vào chùa, trước hết bạn phải nhận thức được rằng mình đang bước vào một cảnh giới khác, cảnh giới của an lạc và giải thoát, ít ra cũng là trong những giây phút ngắn ngủi mà bạn được lưu lại trong khuôn viên ngôi chùa. Và vì thế, bạn có thể xem như mình sẽ tạm thời *"vắng mặt"* khỏi thế giới trần tục này trong suốt quãng thời gian đến chùa. Mười lăm phút, ba mươi phút, một giờ, hay nửa ngày, hoặc thậm chí là vài ba ngày... đó là thời gian mà bạn cần xác định rõ là mình sẽ không hiện diện trong *"thế giới trần tục"* này, để hoàn toàn bước vào *"thế giới thảnh thơi"* của an lạc và giải thoát. Nhận thức này là tiền đề quyết định để bạn có thể mở rộng lòng tiếp nhận những niềm vui thực sự khi được đến chùa.

Bạn có thể dễ dàng nhận ra điều này: cho dù bạn có vắng mặt khỏi *"thế giới trần tục"* này trong mười lăm phút, một giờ hay nửa ngày... chắc chắn là điều ấy cũng sẽ không dẫn đến bất cứ biến cố, thay đổi quan trọng nào. Nhưng ngược lại, nếu bạn thực sự buông xả để đến chùa trong một tâm trạng hoàn toàn không vướng mắc, điều đó sẽ mang lại lợi ích tinh thần rất lớn lao và thậm chí có thể làm thay đổi cuộc sống của bạn theo hướng tốt đẹp hơn.

Khi bước chân vào cổng chùa với tâm trạng buông xả mọi lo toan, tính toán trong đời sống thế tục, đó là chúng ta thực sự dọn mình để đến gần hơn với cảnh giới của sự thanh thản và giải thoát. Chính trong tâm trạng đó, chúng ta mới có thể dễ dàng có được niềm an lạc thực sự, và cũng chính trong tâm trạng đó, chúng ta mới thực sự có được sự giao cảm nhiệm mầu khi dâng hương lễ Phật.

Yếu tố buông xả có ý nghĩa với hết thảy mọi đối tượng đến chùa. Cho dù bạn chỉ là người đến vãn cảnh chùa để tìm đôi chút thời gian thảnh thơi, thư giãn, hay đến chùa để dâng hương lễ Phật như một tín đồ thuần thành... Trong mọi trường hợp, sự buông xả đều có khả năng giúp bạn dễ dàng có được những cảm nhận tốt đẹp và an lạc hơn. Những vườn hoa, chậu cảnh, khóm trúc hay con đường trải sỏi... tất cả đều sẽ trở nên xinh đẹp hơn, tươi mát hơn khi bạn có thể dạo chơi và ngắm nhìn với một tâm trạng thảnh thơi, bình thản. Và giây phút dâng hương lễ Phật sẽ trở nên thiêng liêng hơn, tôn nghiêm hơn khi bạn không còn vướng bận trong lòng bất cứ sự lo toan tính toán nào. Mặt khác, nếu bạn đến chùa để tìm lời khuyên bảo, chỉ dạy cho một đời sống tinh thần hướng thượng, tâm trạng buông xả sẽ giúp bạn sáng suốt hơn nhiều để có thể hiểu và tiếp thu được những gì quý thầy giảng dạy.

Yếu tố thứ hai mà tôi muốn bàn đến ở đây là *sự thành tâm*. Sự thành tâm ở đây được hiểu như là sự *để hết tâm ý vào một mục đích duy nhất* khi đến chùa. Vì thế, bạn phát khởi tâm nguyện đến chùa chỉ với *mục đích duy nhất* ấy, không kèm theo với bất cứ một điều kiện hay mục đích nào khác.

Ngay cả khi bạn đến chùa để vãn cảnh và dạo chơi thư giãn, thì đó cũng phải là *mục đích duy nhất* của bạn, không nên kèm theo bất cứ một mục đích nào khác. Chẳng hạn, khi bạn nghĩ rằng: *"Chiều nay tôi sẽ đến chùa để dạo chơi thư giãn, và sau đó sẽ nhân tiện ghé qua siêu thị mua một vài món đồ... hoặc nhân tiện tôi sẽ ghé thăm một người bạn cũ ở gần đó..."*, như vậy là bạn đã thiếu đi yếu tố thành tâm. Và ý nghĩa việc đến chùa của bạn sẽ do đó mà sút giảm đi rất nhiều.

Khi bạn đến chùa để dâng hương lễ Phật hoặc nghe thuyết pháp cũng vậy, bạn cần phải có sự thành tâm. Chính sự thành tâm giúp bạn có được một sức mạnh tinh thần rất lớn lao để có thể nhận hiểu và tiếp xúc được với những gì là tốt đẹp hay thiêng liêng, cao cả khi đến chùa.

Thử tưởng tượng, bạn đang dạo chơi trong vườn chùa xinh đẹp và thoáng mát, nhưng chốc chốc lại phải liếc nhìn đồng hồ để xem đã đến giờ thực hiện một *"mục đích thứ hai"* nào đó hay chưa... Bạn sẽ không thể nào có khả năng cảm nhận, tiếp xúc với vẻ đẹp quanh mình được nữa. Và nếu bạn dâng hương lễ Phật trong một tâm trạng như thế, bạn càng không thể đạt được bất cứ sự giao cảm nào trong thế giới tâm linh. Còn nếu bạn ngồi nghe một bài pháp thoại với tâm trạng ấy, bạn càng không có khả năng hiểu và tiếp nhận những gì được nghe.

Cuộc sống của chúng ta vốn rất ngắn ngủi, và sẽ càng ngắn ngủi hơn nữa nếu chúng ta không biết cách sử dụng đúng đắn thời gian trôi qua. Khi chúng ta có thể dành ra được mười lăm, hai mươi phút hay nửa giờ, nửa ngày... để đến chùa, nhưng lại thiếu mất sự thành tâm, lại phân tán quãng thời gian này vào nhiều mục đích khác nhau... chúng ta sẽ nhận được rất ít giá trị tinh thần, hoặc thậm chí chẳng nhận được gì cả từ việc đến chùa theo cách đó.

Hiểu được điều này, bạn sẽ dễ dàng giải thích

được vì sao có những lúc bạn đến chùa mà không có được sự an lạc thật sự. Đó là vì bạn đã không có được sự thành tâm, là vì tuy bạn đang ở chùa mà tâm hồn bạn vẫn bị chi phối bởi một mục đích khác, hướng về một nơi khác. Lần tới đây, khi bạn có dịp đến chùa, hãy nhớ xác định đó là mục đích duy nhất của mình, hãy dành trọn tâm hồn hướng về mục đích đó. Tất nhiên là bạn vẫn còn rất nhiều công việc phải làm trong ngày mai, nhưng dành riêng một quãng thời gian cho việc đến chùa không bao giờ là chuyện vô ích. Hơn thế nữa, đừng bao giờ để thói quen *"nhân tiện"* chi phối vào tâm nguyện đến chùa của bạn. Nếu bạn làm thế, bạn chỉ có thể đưa thân xác đến chùa chứ không hướng được tâm ý đến chùa, và như thế sẽ chẳng có ích lợi gì cho đời sống tinh thần của bạn.

Yếu tố thứ ba là sự *tự nguyện*. Tự nguyện ở đây được hiểu như là sự quay về quan sát tự tâm và tự mình phát khởi sự mong muốn, tâm nguyện đến chùa. Khi tôi phát khởi tâm nguyện đến chùa, tôi biết rằng đó chính là ý muốn, là nhu cầu của bản thân tôi chứ không vì ai khác. Cho dù nhu cầu đó chỉ đơn giản là để thưởng ngoạn cảnh chùa và tìm những giây phút thảnh thơi, thư giãn, điều đó cũng phải là xuất phát từ tự tâm, từ sự mong muốn của chính tôi, không phải vì nhìn thấy ai khác đã làm như thế, hay vì chiều theo ý muốn của một người khác... Chỉ khi tự thân bạn thực sự có nhu cầu ấy, bạn mới cảm nhận được hết những gì tốt đẹp, cao cả khi đến chùa. Bởi vì việc đến chùa khi ấy là đáp ứng đúng với mong muốn của chính bạn, thoả mãn một nhu cầu tâm linh hay tinh thần có thật trong bạn, mà không phải là được thực hiện chỉ bởi nhìn vào người khác hoặc để có được một sự đánh giá nào đó từ người khác.

Tôi biết ngày nay có không ít người đến chùa thiếu yếu tố tự nguyện hiểu theo cách này. Một số người xem việc đến chùa như là cách tốt nhất để bày tỏ với người khác rằng mình là người tốt, là người hướng thiện... Một số khác lại không muốn tỏ ra khác biệt khi những người quanh mình đến chùa, và vì thế mà tự thân họ cũng đến chùa... Tôi không có ý nói rằng những người như thế là có gì sai trái, nhưng xét từ góc độ những lợi ích lớn lao mà việc đến chùa mang lại thì thật tội nghiệp cho họ, bởi vì họ có rất ít cơ may tiếp nhận được những lợi ích lớn lao đó, khi mà việc họ đến chùa không xuất phát từ những suy nghĩ, mong muốn và cảm nhận của chính mình.

Xét theo yếu tố này, khi bạn khởi lên ý muốn đến chùa, bạn hãy dành ra vài ba phút để tự hỏi những câu hỏi tương tự như thế này: *"Vì sao tôi muốn đến chùa? Việc đến chùa này là do bản thân tôi mong muốn hay vì tôi muốn làm như thế để chiều theo ý muốn của người khác? Có phải tôi đến chùa chỉ vì quanh tôi đang có rất nhiều người làm như thế hay chăng?..."*

Khi có thể tự hỏi và thành thật trả lời những câu hỏi như thế, đó là bạn đã tự soi rọi vào nội tâm mình để thấy được nguyên nhân, động cơ thực sự của việc đến chùa. Tôi hoàn toàn không có ý nói rằng nếu bạn đến chùa không xuất phát từ mong muốn của chính mình thì điều đó sẽ không có lợi hoặc có gì là sai trái, nhưng điều quan trọng nhất ở đây là bạn sẽ *tự biết được điều đó*. Và hơn thế nữa, bạn cần hiểu thêm rằng, nếu bạn có thể tự mình phát khởi được tâm nguyện đến chùa thì yếu tố đó sẽ giúp cho việc đến chùa của bạn mang lại rất nhiều lợi lạc rất lớn về mặt tinh thần.

Trong hầu hết mọi trường hợp, ngôi chùa là một nguồn sức mạnh tinh thần vô tận cho tất cả những ai đến viếng thăm và lễ bái. Trừ ra một số rất ít những ngôi chùa nội thành quá chật chội, còn thì hầu hết các chùa đều có một khuôn viên thoáng rộng bao quanh với cảnh trí nhẹ nhàng thanh thoát. Chỉ riêng việc viếng cảnh chùa thôi cũng đã có thể mang lại phần nào sức sống cho mỗi chúng ta sau những ngày bon chen mệt nhọc, miễn là ta hiểu được tầm quan trọng của những yếu tố tích cực trong việc đến chùa. Bạn có thể nghĩ rằng, điều đó cũng có thể có được khi tôi đến với những khung cảnh thiên nhiên như rừng cây, thác nước hay bãi biển... Vâng, đúng vậy. Nhưng vẫn có sự khác biệt rất lớn ở đây so với việc đến chùa. Bởi vì cảnh quan vườn chùa không chỉ là một thiên nhiên xinh đẹp thu nhỏ đủ để mang lại cho bạn sự thanh thản, thư thái, mà nó còn gắn liền với yếu tố con người: đó là những nụ cười khoan hoà, những ánh mắt bao dung từ ái, những lời khuyên dạy chí tình đạt lý cho cuộc sống tinh thần hướng thượng của bạn... những điều mà bạn không thể tìm được ở bất cứ nơi đâu khác ngoài việc đến chùa.

Rất nhiều người trong chúng ta chưa quan tâm đúng mức đến những yếu tố tích cực nêu trên. Chúng ta đến chùa không có *sự buông xả*, vì thế mà lòng ta chất chứa đầy ắp những gì mà cuộc sống thế tục đã mang lại cho ta. Chúng ta không biết rằng, việc đến chùa có thể mang lại cho ta những chất liệu tinh thần tốt đẹp hơn trong đời sống, nhưng tự nó không thể thải bỏ, làm tan biến những yếu tố tiêu cực, xấu ác ra khỏi tâm thức của chúng ta. Và chính ta phải làm điều ấy chứ không ai khác có thể làm thay cho ta được. Đơn giản cũng giống như là việc đổ đi một ly nước đầy bùn đất để nhận lại một ly nước mới trong sạch, tinh khiết. Việc đến chùa có thể mang đến cho chúng ta vô số những ly nước trong lành, tinh khiết, nhưng việc đổ bỏ ly nước cũ đầy bùn đất chỉ có thể là công việc của chính ta. Và ta cần phải làm điều đó mỗi khi ta bước chân đến chùa.

Cũng tương tự như vậy, ta thường vận dụng cách bố trí công việc thường ngày của mình vào ngay cả việc đến chùa. Ta không biết rằng việc đến chùa là một công việc thuộc về đời sống tinh thần, và không thể lẫn lộn nó với những công việc khác. Ta sắp xếp việc đến chùa kèm theo với việc này, việc nọ cho thuận tiện, để tiết kiệm thời gian... Và như thế ta đánh mất đi yếu tố *thành tâm* trong việc đến chùa. Mà như đã nói, việc đến chùa là một công việc thuộc về đời sống tinh thần, nên khi đánh mất sự thành tâm thì nó lại trở nên giống với những công việc khác, và do đó mà ta nhận được rất ít những giá trị tinh thần sau một lần đến chùa.

Đôi khi chúng ta đến chùa cũng giống như đi đến bất cứ một nơi nào khác, nghĩa là ta không hề có một sự chuẩn bị, nhận thức đúng đắn về mặt tinh thần. Ta không tự mình xác định được nguyên nhân, động lực của việc đến chùa. Ta không tự mình khởi lên được tâm niệm chân chính, mà ta làm điều đó như một sự bắt chước theo người khác, hoặc để tỏ ra mình cũng là người "biết chuyện"... Trong những trường hợp đó, ta thiếu đi yếu tố tự nguyện, tự phản tỉnh, và do đó mà chúng ta ít có khả năng tiếp nhận được những lợi ích tinh thần lớn lao trong việc đến chùa.

Thật ra, cả 3 yếu tố mà chúng ta vừa đề cập đến lại có một sự tương quan rất chặt chẽ với nhau. Chúng giống như những mặt khác nhau của cùng một vấn đề, và vì thế mà khi ta chú ý đầy đủ đến một trong 3 yếu tố này là ta cũng có thể có được cả ba. Lấy ví dụ, khi bạn thực sự *buông xả* hoàn toàn, bạn sẽ không còn mang theo vào chùa bất cứ ý niệm nào khác ngoài ý niệm đến chùa, và do đó mà bạn cũng có được *sự thành tâm*. Mặt khác, để có thể buông xả, bạn không thể không xuất phát từ một tâm nguyện thực sự mong muốn được đến chùa. Hay nói cách khác, nếu việc đến chùa của bạn chỉ là một việc làm "*xu thời*", bạn sẽ không thể thực sự có được tâm trạng hoàn toàn buông xả...

Cũng có không ít người - và thường là những người mới đến chùa lần đầu - băn khoăn về vấn đề lễ vật khi đến chùa. Khi chúng ta hiểu được những yếu tố quan trọng nêu trên, chúng ta cũng đồng thời giải đáp được cho vấn đề này. Lễ vật là một phương tiện để giúp chúng ta bày tỏ sự thành tâm. Ngay trong lúc sắm sửa lễ vật, dù nhiều dù ít không quan trọng, là lúc bạn phát khởi tâm nguyện đến chùa. Vì thế, bạn hãy sắm sửa lễ vật theo như ý nguyện của chính mình. Dù đó là một thẻ hương, mâm trái cây, bình hoa... hay bất cứ món lễ vật nào khác, điều quan trọng nhất vẫn là yếu tố tự nguyện và sự thành tâm. Chính nhờ đó mà bạn mới có thể thực sự buông xả được tất cả những phiền muộn, lo toan khi bước chân đến chùa.

Khi lễ bái trước điện Phật, bạn cũng cần phải buông xả. Những lễ vật mà bạn mang về chùa đến đây xem như đã làm xong nhiệm vụ, đừng bận tâm suy nghĩ đến chúng nữa. Cho dù bạn có mang về chùa rất nhiều hay rất ít, thì đến lúc này điều đó cũng không còn có ý nghĩa gì. Hãy thành tâm hướng trọn tâm hồn vào sự lễ bái. Được như vậy thì chỉ một nén hương thôi cũng đã quá đủ để đưa bạn đến bên tòa sen của mười phương chư Phật...

Tam bảo là gì?

Câu hỏi có thể là có phần ngớ ngẩn với những ai đã từng đến chùa nghe kinh, lễ Phật, nhưng lại là rất thiết thực với những ai vừa mới lần đầu bước chân đến chùa. Hơn thế nữa, ngay cả khi bạn nghĩ rằng mình đã có được những hiểu biết về Tam bảo, thì sự hiểu biết đó của bạn đôi khi cũng có thể là chưa được hoàn toàn trọn vẹn, bởi vì trong Phật giáo có khá nhiều cách giải thích khác nhau - nhưng không hề mâu thuẫn nhau - về vấn đề này, tùy theo từng đối tượng tu tập.

Trước hết, Tam bảo được hiểu như là *"ba ngôi báu"*, và được kể ra bao gồm Phật, Pháp và Tăng. Chúng ta sẽ lần lượt tìm hiểu về từng khái niệm khác nhau đó.

Trước hết là Phật. Theo cách hiểu thông thường nhất, đức Phật là một nhân vật lịch sử có thật đã sống cách đây hơn 25 thế kỷ. Với những cứ liệu và kết quả khảo cổ hiện nay đang có được, đa số các nhà nghiên cứu đều tin rằng đức Phật đã ra đời vào năm 624 trước Công nguyên tại khu vườn *Lam-tì-ni* gần thành *Ca-tỳ-la-vệ* (ngày nay thuộc địa phận *Nepal*), với tên gọi là *Thích-ca Mâu-ni*, là thái tử con vua *Tịnh-phạn*, thuộc dòng họ *Thích-ca*. Sự ra đời của ngài cũng chính là sự khai sinh của đạo Phật, bởi vì ngài là người đầu tiên đã giác ngộ và truyền dạy những giáo pháp mà hiện nay chúng ta gọi là *Pháp* hay là *Phật pháp*.

Hàng ngàn người đã tin theo giáo pháp do đức Phật *Thích-ca Mâu-ni* truyền dạy, họ đã rời bỏ cuộc sống gia đình để theo ngài tu tập trong một tập thể gọi là *Tăng-già*, hay Tăng đoàn.

Như vậy, chúng ta có Tam bảo với Phật là "*ngôi báu thứ nhất*", hay Phật bảo, là đấng giác ngộ đầu tiên, người đã tìm ra chân lý và phương pháp tu tập để hướng đến sự giải thoát, làm giảm nhẹ và xóa bỏ những khổ đau vốn có trong cuộc đời này. Chính từ ý nghĩa đó mà đức *Thích-ca Mâu-ni* được tôn xưng là *Phật*, bởi danh từ này vốn là do người Trung Hoa phiên âm từ tiếng Phạn là *Buddha*, có nghĩa là "*bậc giác ngộ*". Khi Phật giáo lần đầu tiên du nhập Việt Nam trực tiếp từ Ấn Độ vào khoảng đầu Công nguyên, người Việt đã phiên âm danh xưng này là *Bụt*. Vì thế, theo cách gọi của người Việt thì *Bụt* cũng chính là *Phật*, cho dù ảnh hưởng lâu đời và rộng khắp của kinh điển chữ Hán đã làm cho danh xưng Phật ngày nay trở thành phổ biến hơn.

Tiếp đến, chân lý giác ngộ và phương pháp tu tập do Phật truyền dạy được gọi là *Pháp*. Trong ý nghĩa đó, *Pháp* là phương tiện để chúng ta có thể thực hành theo đúng và đạt đến sự giác ngộ, đạt đến sự giải thoát giống như Phật. Ngoài giáo pháp của Phật, không còn có phương pháp nào khác có thể giúp chúng ta đạt đến sự giải thoát rốt ráo, vì thế mà *Pháp* được tôn xưng là *"ngôi báu thứ hai"*, hay *Pháp bảo*.

Những người rời bỏ đời sống gia đình để dành trọn cuộc đời thực hành theo giáo pháp của đức Phật, hướng đến sự giải thoát, sự giác ngộ, được gọi là *chư tăng*. Các vị này cùng nhau tu tập trong một tập thể gọi là *Tăng-già* (do tiếng Phạn là *Sangha*) hay *Tăng đoàn*. Trong sự tu tập của tự thân mình, chư tăng cũng nêu gương sáng về việc làm đúng theo lời Phật dạy và truyền dạy những điều đó cho nhiều người khác nữa. Vì vậy, các ngài được tôn xưng là *"ngôi báu thứ ba"*, hay là *Tăng bảo*.

Như vậy, Tam bảo hiểu theo nghĩa như trên là rất cụ thể, có thể thấy nghe nhận biết bằng tri giác thông thường, và trong Phật học gọi khái niệm này là *"Trụ thế Tam bảo"*. Cũng hiểu theo nghĩa này, chúng ta thấy là Tam bảo đã bắt đầu hiện diện một cách cụ thể trên trái đất từ cách đây hơn 25 thế kỷ. Nhưng đức Phật *Thích-ca Mâu-ni* sau 49 năm hoằng hóa trên khắp nước Ấn Độ, cuối cùng cũng đã nhập *Niết-bàn*, không còn nhìn thấy được trong cõi đời này nữa, và vì thế mà hình thức nối tiếp của *Phật bảo* là ngọc *xá-lợi* Phật để lại được mọi người thờ kính, là hình tượng, tranh vẽ của Phật được tôn trí trong các chùa, hoặc được Phật tử thờ tại gia... Bởi vì khi nhìn thấy và thờ kính những biểu tượng này, chúng ta sẽ nhớ đến đức Phật *Thích-ca Mâu-ni*, người đã khai sáng và truyền dạy giáo pháp dẫn đến sự giác ngộ.

Về *Pháp bảo*, khi đức Phật đã nhập *Niết-bàn* thì không ai đảm bảo có thể lưu truyền được tất cả những lời ngài đã truyền dạy, cho dù mỗi vị đệ tử của ngài có thể nhớ được rất nhiều. Vì thế, sau đó một thời gian chư tăng đã cùng nhau họp lại để ghi chép tất cả những gì đức Phật thuyết giảng mà họ còn nhớ được. Sự ghi chép tập thể này được gọi là *"kết tập kinh điển"*, và là cơ sở đầu tiên để hình thành Tam tạng kinh điển của Phật giáo, thường được biết nhiều hơn với tên gọi là *Đại tạng kinh*, bao gồm *Kinh tạng*, *Luật tạng* và *Luận tạng*. Như vậy, sau 25 thế kỷ, cho đến nay Pháp bảo vẫn được lưu truyền với dạng cụ thể là Đại tạng kinh Phật giáo.

Về *Tăng bảo*, chúng ta có sự truyền thừa nối tiếp trong suốt hơn 25 thế kỷ qua giữa các thế hệ chư tăng, và Tăng đoàn ngày nay là sự nối tiếp của Tăng đoàn từ thời đức Phật còn tại thế, bao gồm những người xuất gia dành trọn cuộc đời cho mục đích tu tập và truyền dạy giáo pháp của đức Phật. Đó là ý nghĩa của *Trụ thế Tam bảo*.

Nhưng đức Phật còn dạy rằng, ngài không phải vị Phật duy nhất đạt đến sự giác ngộ. Trong dòng thời gian từ vô thủy đến nay, con số 25 thế kỷ mà chúng ta được biết chỉ là một hạt cát trong sa mạc, một giọt nước giữa biển khơi. Và vì thế, đức Phật dạy rằng trong quá khứ trước ngài đã có vô số chư Phật, những người đạt đến sự giác ngộ hoàn toàn như ngài. Và trong tương lai lâu xa, chắc chắn sẽ còn có vô số những người tu tập theo đúng giáo pháp và giác ngộ thành Phật. Mặt khác, Phật cũng dạy rằng không phải chỉ có riêng một cõi thế giới *Ta-bà* này là nơi ta đang sống, mà nếu chúng ta có thể đi thật xa về phương đông, phương tây... cho đến mười phương trong không gian, chúng ta sẽ còn gặp vô số các cõi thế giới khác nữa. Những cõi thế giới ấy cũng có vô số các vị Phật đã và đang thuyết giảng giáo pháp. Như vậy, *Phật bảo* không chỉ có đức Phật *Thích-ca Mâu-ni* mà chúng ta được biết, mà còn là bao gồm hết thảy chư Phật trong mười phương ba đời, những vị hoàn toàn giác ngộ và giải thoát khỏi mọi sự ràng buộc của thế gian. Và tất cả những giáo pháp do chư Phật truyền dạy đều được tôn xưng là *Pháp bảo*, tất cả các vị tu tập theo giáo pháp xuất thế của chư Phật và đạt được sự giải thoát khỏi mọi ràng buộc của đời sống thế tục đều được tôn xưng là *Tăng bảo*.

Cách hiểu Tam bảo theo nghĩa rộng hơn này được gọi là *Xuất thế Tam bảo*.

Cũng theo giáo pháp của Phật, Tam bảo còn được hiểu theo một nghĩa sâu xa hơn nữa. Theo cách hiểu này, đức Phật cũng là một con người, nhưng là một con người đã hoàn toàn giác ngộ. Và do đó, ngài dạy rằng tất cả chúng sanh đều có thể tu tập để đạt đến sự giác ngộ như ngài. Hay nói khác đi, mỗi chúng sanh đều sẵn có Phật tánh, chỉ vì không chịu tu tập theo đúng chánh pháp nên không thể đạt đến giác ngộ. Phật tánh hay khả năng giác ngộ của mỗi chúng sanh và của chư Phật đều là bình đẳng như nhau không sai khác, nên gọi đây là *Đồng thể Phật* bảo. Các pháp cũng có thể tánh bình đẳng như nhau không sai khác, đều là pháp giải thoát, chỉ do chúng sanh mê muội không nhận ra thực tánh của muôn pháp nên mới phải dựng bày các phương tiện tu tập để đối trị, theo ý nghĩa này mà gọi là *Đồng thể Pháp bảo*. Phật và chúng sanh vốn đã đồng một thể tánh giác ngộ, nên cũng đều sẵn có bản chất hòa hợp thanh tịnh như *Tăng-già*, do đây mà gọi là *Đồng thể Tăng bảo*.

Như vậy, ý nghĩa *Đồng thể Tam bảo* là xét về thể tánh tương đồng mà nói, và sự tương đồng về thể tánh đó chính là nền tảng căn bản để tất cả chúng sanh đều có thể phát tâm tu tập theo chánh đạo và đạt đến sự giải thoát rốt ráo. Vì thế, người phát tâm tu tập trước hết phải tự tin vào thể tánh thanh tịnh sáng suốt vốn có, hay nói khác đi là khả năng có thể tu chứng thành Phật của chính mình. Theo ý nghĩa này mà nói thì đây cũng gọi là *Tự tánh Phật*. Quá trình tu tập luôn nhận rõ được thực tánh của các pháp, thấy tất cả pháp đều là pháp giải thoát, nên gọi là *Tự tánh Pháp*. Bản thân mình dù chưa tu chưa chứng vẫn biết là sẵn có hạt giống Bồ-đề, sẵn có tự tánh thanh tịnh, cũng đồng với chư tăng, nên gọi là *Tự tánh Tăng*.

Tự tánh Tam bảo là nhận thức thiết yếu để xác lập niềm tin và ý chí tu tập đạt đến giải thoát, nhưng ý nghĩa này không hề tương phản hay che mờ các ý nghĩa đã nói trên. Vì vậy, người đến chùa tìm hiểu về Tam bảo thì trước hết phải hiểu đúng và đầy đủ về *Trụ thế Tam bảo*. Sau đó, khi niềm tin đã vững chắc mới có thể hiểu rõ được ý nghĩa *Xuất thế Tam bảo*, bởi khái niệm này chỉ có thể lấy đức tin và trí tuệ mà nhận hiểu, chứ không thể dùng các giác quan thông thường để thấy nghe nhận biết. Còn khái niệm *Đồng thể Tam bảo* hay *Tự tánh Tam bảo* lại chỉ có thể thực sự nhận hiểu được thông qua sự hành trì thực tế, sự thực hành, trải nghiệm các giáo pháp do Phật truyền dạy. Nếu người không có sự hành trì thực tế, khi nghe nói đến khái niệm này sẽ cảm thấy rất là trừu tượng, khó nắm bắt.

Ngày nay không ít người vì muốn tỏ rõ sự uyên bác, học nhiều hiểu rộng của mình mà nêu lên tất cả những khái niệm này, nhưng kèm theo đó lại không hiểu được rằng mỗi một khái niệm chỉ thích hợp với một mức độ hiểu biết, lòng tin và sự hành trì thực tiễn. Khi hiểu được điều này, chúng ta sẽ thấy là tuy có những khái niệm khác nhau nhưng lại hoàn toàn không có gì mâu thuẫn mà chỉ là sự mở rộng cho phù hợp với từng trình độ tiếp nhận khác nhau mà thôi.

Trong thực tế, mỗi chúng ta đều có thể tự mình nhận thức được ý nghĩa của Tam bảo qua sự tiếp xúc với đạo Phật. Khi chúng ta về chùa dâng hương cúng Phật, chúng ta đem hết sự thành kính trong tâm hồn để lễ lạy trước điện Phật. Sự thành tâm thành ý đó giúp cho ta cảm nhận được một sự giao cảm thiêng liêng với chư Phật, làm cho tâm hồn ta trở nên nhẹ nhàng, thư thái, và ngay trong lúc ấy được thoát khỏi mọi sự hệ lụy, trói buộc của đời sống trần tục. Hình tượng thiêng liêng của chư Phật có thể giúp chúng ta hướng về để đạt được sự thanh thản trong tâm hồn, nên chúng ta tôn xưng đó là *Phật bảo*.

Bên cạnh đó, khi chúng ta được nghe hiểu giáo pháp của Phật, thông qua kinh điển và sự truyền dạy của chư tăng, chúng ta có thể có được một nhận thức đúng đắn hơn về đời sống, và biết được là có những phương thức để đạt đến sự an lạc, hạnh phúc chân thật trong đời sống. Khi chúng ta thực hành theo đúng những phương thức đó, chúng ta đạt được những giá trị tinh thần cao quý, làm thay đổi đời sống của chúng ta theo hướng tốt đẹp hơn, hoàn thiện hơn. Do những kết quả quý giá này có được từ việc thực hành theo giáo pháp, nên chúng ta tôn xưng đó là *Pháp bảo*.

Mặt khác, ý nghĩa của kinh điển và lời dạy của chư tăng dù sao cũng chỉ mang tính chất lý thuyết, nên sự diễn giải và thực hành theo đó tất yếu phải có phần khó khăn và đôi khi có thể bị sai lệch. Vì thế mà chúng ta thường phải nhìn vào đời sống của chư tăng như một sự minh họa sống động cho những gì học được từ giáo lý. Nhờ có chư tăng, chúng ta dễ dàng phát khởi niềm tin mạnh mẽ vào giáo pháp, vì thấy rằng các vị đã thực hành theo đó và đã đạt được sự an lạc, giải thoát. Hơn thế nữa, bằng vào sự thực hành, chư tăng còn có khả năng dẫn dắt, giúp ta giải quyết những vướng mắc, những điều khó hiểu trong giáo lý. Do vai trò dẫn dắt lớn lao và đáng tôn kính như thế, chúng ta tôn xưng đó là *Tăng bảo*.

Từ Tam bảo đến Tam quy...

*T*am qui, hay *Tam quy y*, hiểu một cách đơn giản nhất là "*quy y Tam bảo*", trong đó khái niệm *quy y* (歸依) được hiểu là "*quay về nương theo*". Như vậy, suy rộng ra chúng ta sẽ hiểu được rằng quy y Phật nghĩa là *quay về nương theo Phật*, quy y Pháp là *quay về nương theo Pháp*, và quy y Tăng là *quay về nương theo Tăng*.

Nhưng thế nào gọi là *quay về nương theo*? Như trên đã nói, thể tánh thanh tịnh hay khả năng giác ngộ luôn sẵn có trong mỗi chúng ta, chỉ vì mê lầm không hiểu biết nên mới chạy theo những dục vọng tham lam và tạo nhiều ác nghiệp, để đến nỗi phải chìm đắm trong vòng sinh tử luân hồi. Đức Phật là bậc giác ngộ đã nhận rõ và chỉ ra điều đó. Tuy bản thân chúng ta chưa giác ngộ, nhưng nhờ tin theo Phật, học theo giáo pháp của Phật, noi theo gương sáng hành trì của chư tăng, nên có thể nhận biết được con đường đúng đắn để quay về, nhận lấy thể tánh thanh tịnh và tu tập để làm hiển lộ khả năng giác ngộ vốn có của chính mình. Vì thế mà gọi là *quay về nương theo*.

Như vậy, theo từng cách hiểu về *Tam bảo*, chúng ta cũng có những cách hiểu tương ứng về *quy y Tam bảo*.

Theo ý nghĩa *Trụ thế Tam bảo*, chúng ta quy y Phật tức là quay về nương theo đức Phật *Thích-ca*

Mâu-ni, thờ kính và lễ lạy hình tượng ngài ở các chùa tháp và cũng thiết lập bàn thờ Phật ở nhà. Khi chúng ta thờ kính hình tượng ngài, chúng ta nhớ đến sự đản sanh và giác ngộ của ngài đã mang lại cho thế gian này một con đường chân chánh để noi theo và đạt đến sự giải thoát, và cụ thể hơn là sự giảm nhẹ những khổ đau trong cuộc sống hằng ngày.

Ngoài ra, chúng ta cũng đặt niềm tin và thờ kính những vị Phật mà đức Phật *Thích-ca Mâu-ni* đã từng thuyết dạy, chẳng hạn như Phật *A-di-đà*, Phật Dược Sư, Phật Di Lặc... Chúng ta tin vào chư Phật trong mười phương ba đời đều là những bậc giác ngộ, đều truyền dạy giáo pháp giải thoát không khác với đức Phật *Thích-ca Mâu-ni*, và như vậy có nghĩa là ta đã quy y Phật theo nghĩa *Xuất thế Tam bảo*.

Khi chúng ta thực hành sâu vững giáo pháp của đức Phật, chúng ta sẽ tự tin vào khả năng giác ngộ của chính mình, nghĩa là tự tin vào *Phật tánh* ở trong ta. Do sự quy y này mà chúng ta luôn hướng mọi hành động, lời nói và việc làm của mình về sự tu tập để đạt đến giải thoát rốt ráo. Như vậy có nghĩa là quy y với *Đồng thể Tam bảo* hay *Tự tánh Tam bảo*.

Khi đã quy y Phật, ta học hiểu và tin nhận những giáo pháp do ngài truyền dạy, được lưu truyền trong kinh điển và được chư tăng giảng giải. Trong ý nghĩa đó, ta *quy y Pháp*. Khi đã quy y Pháp, ta tôn kính và noi theo gương sáng của chư tăng là những người dành trọn cuộc đời để thực hành giáo pháp của đức

Phật, và luôn sẵn lòng dẫn dắt chúng ta trên con đường tu tập. Trong ý nghĩa đó, chúng ta *quy y Tăng*.

Xuất phát từ những ý nghĩa trên, khi đã quy y Phật thì chúng ta không quy y bất kỳ một đấng linh thiêng hay quyền năng nào khác, trong Phật giáo gọi chung là *"thiên, thần, quỷ, vật"*. Bởi vì chúng ta tin chắc rằng chỉ có Phật là đấng giác ngộ hoàn toàn, đã đạt đến sự giải thoát rốt ráo, là đấng duy nhất có đủ trí tuệ sáng suốt để chúng ta nương theo và có thể đạt đến sự giải thoát rốt ráo như ngài. Khi thực sự đặt niềm tin và quy y Phật, chúng ta hiểu rằng tất cả những đối tượng như trời, thần, quỷ, vật... cũng chỉ là những dạng khác nhau của chúng sanh trong cõi luân hồi, cho dù có được quyền lực thần biến hay sức mạnh vạn năng thì cũng không phải là cứu cánh có thể giúp ta vượt thoát sinh tử, giảm nhẹ và triệt tiêu những khổ đau trong đời sống.

Tương tự, khi chúng ta đã quy y Pháp thì không quy y theo bất cứ một giáo pháp nào khác ngoài chánh pháp do Phật truyền dạy. Trong Phật giáo gọi chung là *"tà ma, ngoại đạo"*. Bởi vì, qua học hiểu và thực hành chánh pháp do Phật truyền dạy, chúng ta biết chắc rằng chỉ có giáo pháp do Phật truyền dạy là giáo pháp duy nhất có thể giúp chúng ta nương theo, thực hành theo để đạt đến sự giải thoát mọi ràng buộc, làm giảm nhẹ và triệt tiêu được những khổ đau trong đời sống.

Khi đã quy y Tăng, chúng ta không quy y với bất cứ tập thể, phe nhóm xấu ác nào. Trong Phật giáo gọi chung là *"tổn hữu, ác đảng"*. Bởi vì chúng ta thấy rõ được rằng, chỉ có *Tăng-già*, những người trọn đời thực hành theo lời Phật dạy, mới xứng đáng là chỗ để chúng ta nương dựa, noi theo.

Khi đã thực sự *quy y Tam bảo* theo đúng nghĩa như trên, chúng ta sẽ cảm thấy rất vững chãi, tự tin trong cuộc sống, bởi vì nhờ có Phật pháp, ta hiểu được nguyên nhân và kết quả của những việc làm thiện hoặc ác trong đời sống. Khi đối mặt với những khó khăn tất yếu trong đời sống, chúng ta có đủ sức mạnh tinh thần và nhận thức đúng đắn để tiếp nhận và vượt qua.

Nhưng vì sao phải xác định một cách chắc chắn rằng *"quy y Phật trọn đời không quy y thiên thần quỷ vật, quy y Pháp trọn đời không quy y tà ma ngoại đạo, quy y Tăng trọn đời không quy y tổn hữu ác đảng"*? Nhiều người trong chúng ta có thể sẽ nảy sinh sự thắc mắc này, bởi chúng ta nhận thấy không chỉ có đạo Phật là tôn giáo, tín ngưỡng duy nhất; không chỉ có giáo pháp của Phật là duy nhất hướng đến sự tốt đẹp trong đời sống; và cũng không phải duy nhất chỉ có Tăng đoàn Phật giáo là những vị có đạo đức đáng kính trọng, noi theo.

Trong thực tế, ta thấy có hàng triệu người trên thế giới này tin theo các tôn giáo, tín ngưỡng khác, và họ luôn đặt niềm tin vào vị giáo chủ của mình, rồi từ đó tìm được những chỗ dựa tinh thần vững chắc trong đời sống. Cũng trong thực tế, giáo lý do các tôn giáo khác truyền dạy cũng hướng đến một đời sống đạo đức, tốt đẹp hơn, giúp con người biết yêu thương và sống hòa hợp với nhau hơn... Và trong thực tế có rất nhiều tu sĩ của các tôn giáo khác cũng thực hành đời sống tâm linh tốt đẹp, luôn nêu gương sáng về đạo đức trong xã hội...

Khi chúng ta hướng đến một cuộc sống đạo đức, tốt đẹp hơn trong thế giới này, chúng ta có thể tìm thấy những lời khuyên như vậy trong giáo lý của hầu hết các tôn giáo. Và đó chính là lý do vì sao nhân loại từ xưa đến nay vẫn chấp nhận sự tồn tại đồng thời của rất nhiều tôn giáo, tín ngưỡng khác nhau. Mỗi một tôn giáo, tín ngưỡng đều có sự đáp ứng thích đáng cho nhu cầu tâm linh cũng như giúp cho tín đồ có một đời sống đạo đức, tốt đẹp hơn.

Có người so sánh ý nghĩa tinh thần của việc tin theo các tôn giáo khác nhau cũng giống như ý nghĩa vật chất của việc ăn các món ăn khác nhau. Chẳng hạn như chúng ta có thể ăn cơm Việt, cơm Tàu, cơm Tây, cơm Ý... đều có thể no bụng. Vì thế, người thích cơm Việt không thể nói là cơm Tàu, cơm Tây hay cơm Ý không ngon, vì trong thực tế vẫn có những người khác thích ăn những loại cơm này hơn cơm Việt. Sự so sánh này là hoàn toàn chính xác trong ý nghĩa vừa nêu trên, bởi hầu hết các tôn giáo đều có thể giúp chúng ta có được một cuộc sống đạo đức, tốt đẹp hơn, yêu thương và chia sẻ nhau để làm cho cuộc đời này trở nên tươi đẹp hơn.

Nhưng giáo pháp do đức Phật truyền dạy là giáo pháp duy nhất không dừng lại ở mức độ ấy, mà hướng đến một sự giải thoát rốt ráo, một sự giác ngộ hoàn toàn để có thể chấm dứt mọi khổ đau trong đời sống. Vì thế, giáo lý cơ bản của đạo Phật trước hết chỉ ra tất cả những khổ đau và nguyên nhân của chúng trong cuộc sống này, sau đó mới bàn đến những phương thức để chấm dứt tận gốc những khổ đau và đạt đến sự giải thoát rốt ráo. Giáo lý cơ bản này được đức Phật giảng dạy ngay trong lần thuyết pháp đầu tiên cho 5 anh em ông *Kiều-trần-như* (những vị đệ tử đầu tiên, cũng là những người hình thành Tăng đoàn đầu tiên), được gọi tên là *Tứ diệu đế*, nghĩa là 4 chân lý mầu nhiệm. Chúng bao gồm *Khổ đế* (chân lý về khổ đau), *Tập đế* (chân lý về những nguyên nhân, sự phát sinh của khổ đau), *Diệt đế* (chân lý về sự chấm dứt khổ đau) và *Đạo đế* (chân lý về những phương thức, con đường dẫn đến sự chấm dứt khổ đau). Trong một dịp nào đó, hy vọng chúng ta sẽ có thể bàn sâu hơn về bốn chân lý này.

Dưới mắt nhìn của người đã thấu rõ 4 chân lý nói trên, thì ngay cả khi bạn có một đời sống vật chất giàu có, sung túc, hoặc một cuộc sống an nhàn, thảnh thơi không lo nghĩ, bạn vẫn không thoát ra ngoài vòng khổ đau. Bởi vì có 4 nỗi khổ lớn nhất vẫn luôn đeo đuổi và bao trùm lên cuộc đời của bạn. Đó là những nỗi khổ khi sinh ra, già yếu đi, bệnh tật và cuối cùng là cái chết (*sinh, lão, bệnh, tử*).

Trong giáo pháp của đức Phật, chúng ta tìm thấy rất nhiều phương thức tu tập khác nhau (thường gọi là các *pháp môn*) thích hợp với nhiều trình độ, nhiều tầng lớp xã hội khác nhau. Nhưng nói chung thì tất cả các pháp môn đều hướng đến sự giải thoát rốt ráo chứ không chỉ dừng lại ở một đời sống an nhàn thảnh thơi hay tạm thời xoa dịu những khổ đau trong cuộc sống.

Mặt khác, đức Phật là đấng giác ngộ hoàn toàn và danh xưng *Phật* (佛) trước hết chỉ là nói lên một sự thật, bởi đây là phiên âm của từ *Buddha* trong Phạn ngữ có nghĩa là *"đấng giác ngộ"*. Đức Phật truyền dạy chánh pháp và dẫn dắt những tín đồ tin theo ngài đi đến chỗ giác ngộ mà chưa từng tự xem mình như một vị giáo chủ. Nhưng nếu chúng ta xem ngài như một vị giáo chủ trong ý nghĩa là người khai sáng ra đạo Phật, thì ngài là vị giáo chủ duy nhất đã tuyên bố rằng tất cả tín đồ, hay nói rộng ra và chính xác hơn là tất cả chúng sanh, đều có khả năng tu tập để đạt đến giác ngộ hoàn toàn, thành Phật giống như ngài. Tín đồ của các tôn giáo khác chỉ có thể tin vào sự cứu rỗi của đấng giáo chủ chứ không bao giờ dám nghĩ đến việc tự mình có thể trở nên ngang hàng với đấng giáo chủ của họ. Hơn thế nữa, đức Phật xác định rằng sự giác ngộ hoàn toàn để thành Phật không phải là một kết quả dựa vào bất cứ ai khác, mà chính là do những nỗ lực tu tập của tự thân theo đúng với chánh pháp đã được Phật truyền dạy. Và như vậy, đây là một tiến trình hoàn toàn hợp lý và mang tính khoa học, có thể được chứng nghiệm từng bước trong suốt quá trình thực hành theo chánh pháp.

Do những ý nghĩa trên và còn nhiều ý nghĩa khác nữa mà chúng ta sẽ có dịp bàn đến sau này, nên một khi chúng ta đã hiểu đúng chánh pháp và quay về nương theo Phật, Pháp, Tăng, chúng ta sẽ không còn có thể nương theo bất cứ đấng giáo chủ hay giáo pháp nào khác. Cũng giống như người đã chọn được con đường lớn và quang đãng dẫn đến nơi mình mong muốn, người ấy không thể nào từ bỏ để đi theo những con đường mòn nhỏ hẹp. Bởi người ấy thấy rõ rằng, cho dù những con đường khác cũng nhắm về một hướng như đường lớn, nhưng nó chỉ dẫn họ đến một vị trí nhất định nào đó mà không thực sự có thể đưa họ đến đích.

Trong thực tế, có 2 hình thức quy y Tam bảo khác nhau mà chúng ta cũng nên bàn đến ở đây. Hình thức thứ nhất được gọi là *Tùy tha ý quy y*, nghĩa là người quy y không tự mình phát khởi tâm nguyện quy y, mà do một người khác dẫn dắt, hướng dẫn hoặc thậm chí là yêu cầu. Tiêu biểu cho hình thức quy y này là việc cha mẹ đưa con cái đến chùa quy y Tam bảo (thường là từ khi còn rất nhỏ), hay vợ hoặc chồng khuyên bảo người bạn đời của mình quy y Tam bảo... Trong trường hợp này, người quy y thường chưa hiểu rõ hoặc chưa đủ khả năng để hiểu rõ ý nghĩa việc quy y Tam bảo như trên, và do đó có những hạn chế tất yếu về mặt tinh thần cũng như sự thực hành giáo pháp. Tuy nhiên, hình thức này có ưu điểm lớn là tạo được một nhân duyên tốt cho người quy y, ngay cả khi các yếu tố tự thân của họ chưa đủ để dẫn đến việc quy y. Người dẫn dắt việc quy y thường là người có trách nhiệm và gắn bó với đời sống vật chất và tinh thần của người quy y, nên sau khi quy y rồi họ sẽ tiếp tục nâng đỡ, dắt dẫn cho đến khi người quy y có thể tự mình hiểu rõ được ý nghĩa chân chánh của việc quy y Tam bảo.

Hình thức thứ hai là *Tự quy y*, nghĩa là tự mình phát khởi tâm nguyện quy y Tam bảo mà không do bất cứ ai khác thúc đẩy, yêu cầu hay ép buộc. Vì là tự mình phát khởi tâm nguyện quy y Tam bảo, nên thường là xuất phát từ sự hiểu rõ được ý nghĩa chân chánh của việc quy y Tam bảo và quyết định quy y. Tuy nhiên, cũng có không ít trường hợp người tự nguyện quy y Tam bảo có hiểu được một phần nào đó nhưng chưa thực sự hiểu hết ý nghĩa chân chánh của việc quy y, do chưa được giảng giải và cũng chưa tự mình tìm hiểu thấu đáo. Những người này cần phải cố gắng tìm hiểu về ý nghĩa chân chánh của việc quy y Tam bảo thì việc quy y mới có thể thực sự mang lại những lợi ích lớn lao cho đời sống của họ.

Việc *quy y Tam bảo* không phải là một việc làm nhất thời, mà nó có tính cách như một cam kết nền tảng để khởi đầu cho những chuyển biến trong tự thân chúng ta. Khi đã thực sự *quy y Tam bảo* thì mọi hành động, lời nói hay ý nghĩ của chúng ta sẽ không còn buông thả theo thói quen từ trước đến nay nữa, mà nhất nhất đều phải hướng theo những lời Phật dạy, nghĩa là noi theo kinh điển và sự dẫn dắt của chư tăng.

Sự chuyển biến hướng thiện đó cần phải được thể hiện một cách cụ thể qua việc học hiểu và thọ trì *Ngũ giới*, tức là 5 giới căn bản do đức Phật truyền dạy, có công năng giúp chúng ta sống một đời sống đúng theo chánh pháp và tạo được nhiều thiện nghiệp, là yếu tố quyết định trước nhất để có thể có được sự an lạc và hạnh phúc chân thật. Trong một phần sau, chúng ta sẽ bàn kỹ hơn về vấn đề này.

Y pháp bất y nhân

Đây là một nguyên tắc đã được nêu ra khá sớm, ngay từ thời đức Phật còn tại thế. Trong giai đoạn hiện nay, nguyên tắc này càng có ý nghĩa quan trọng hơn trong việc xác lập niềm tin vào *Tam bảo*.

Thế nào là *y pháp bất y nhân*? Nói một cách đơn giản, đó là chúng ta đặt niềm tin và làm theo chánh pháp và *không tin theo* bất cứ ai nói hoặc làm sai chánh pháp.

Chánh pháp do đức Phật truyền dạy, trước hết là những chân lý giúp ta nhận thức đúng về mọi sự việc, hiện tượng trong đời sống, và những nguyên tắc hay phương thức sống thiết thực, có thể vận dụng vào cuộc sống hằng ngày để đạt được những kết quả cụ thể trong việc hoàn thiện cuộc sống, làm giảm nhẹ và triệt tiêu những khổ đau vốn có trong đời sống. Những chân lý và nguyên tắc hay phương thức ấy được ghi chép trong kinh điển và được chư tăng giảng giải, lưu truyền từ thế hệ này sang thế hệ khác.

Nhưng một vấn đề không mong muốn có thể xảy ra, đó là có những người tự nhận rằng mình truyền dạy chánh pháp của đức Phật, nhưng bản thân lại không có sự thực hành đúng theo chánh pháp, và do đó cũng dẫn đến một hệ quả tất yếu là thường giảng giải sai lệch về chánh pháp.

Trong trường hợp này, nguyên tắc *y pháp bất y nhân* có ý nghĩa giúp ta giữ vững được niềm tin vào chánh pháp mà không để cho sự sai trái của một vài cá nhân nào đó làm ảnh hưởng đến niềm tin của mình. Bởi vì, những việc làm sai trái hoặc những lời giảng giải không đúng chánh pháp của một cá nhân xét cho cùng chỉ là sự sai lầm của riêng cá nhân đó, không liên quan gì đến chánh pháp do Phật truyền dạy.

Lấy một ví dụ đơn giản, như có người khuyên ta không nên uống rượu, nhưng bản thân người ấy lại sáng say chiều xỉn, không có được một cuộc sống nghiêm túc. Trong trường hợp này, chúng ta cần phân biệt hai khía cạnh tách biệt của vấn đề. Trước hết, lời khuyên do người ấy đưa ra là một lời khuyên tốt, đáng để chúng ta nghe theo. Thứ hai, mặc dù tư cách của người ấy không xứng đáng chút nào với lời khuyên tốt đẹp mà ông ta đưa ra cho người khác, nhưng điều đó hoàn toàn *không làm mất đi tính chất tốt đẹp của lời khuyên*. Vì vậy, trong trường hợp này, nghe theo lời khuyên của ông ta là *y pháp*, và không noi theo việc làm của ông ta là *bất y nhân*. Mặt khác, vì xét thấy lời khuyên của ông ta là đúng đắn, tốt đẹp nên chúng ta tin theo, như vậy là *y pháp*; dù tư cách của ông ta không xứng đáng với lời khuyên, nhưng chúng ta vẫn không để điều đó làm ảnh hưởng đến niềm tin của ta vào lời khuyên tốt đẹp ấy, như vậy là *bất y nhân*.

Trong môi trường sống khá phức tạp ngày nay, chúng ta không phải lúc nào cũng được tiếp xúc với những con người tốt đẹp, hướng thượng, mà còn có cả những con người nhỏ nhen, ích kỷ và nhận thức cũng như hành động đều sai lầm. Một đôi khi, những người này cũng đứng trong hàng ngũ truyền dạy giáo pháp của đức Phật. Chúng ta không nên ghét bỏ, mà trái lại cần phải thương xót những con người tội nghiệp này, vì họ không thực hành theo đúng chánh pháp của đức Phật nên chắc chắn là họ không thể có được một đời sống an lạc và hạnh phúc chân thật. Tuy nhiên, chúng ta cần tỉnh táo nhận biết để không đặt niềm tin và làm theo những người như thế. Mặt khác, ta cũng không thể vì sự sai trái của những cá nhân ấy mà đánh mất niềm tin vào chánh pháp, hay nói chung là vào Tam bảo.

Tất nhiên, một câu hỏi có thể được nêu ra ở đây là: *làm thế nào để xác định được đâu là chánh pháp do Phật truyền dạy và đâu là sự giảng giải sai lệch của một cá nhân?* Trong vấn đề này, những sự sai lệch lớn lao về mặt giáo lý thường có thể dễ

Y pháp bất y nhân

dàng nhận ra nhờ vào một phần giáo lý gọi là *Tam pháp ấn*. Giáo lý này được Phật thuyết dạy nhằm giúp chúng ta dựa vào đó mà phân biệt được những kinh điển nào là thực sự do Phật thuyết, và những kinh điển nào có thể là sai lệch, không phải do Phật thuyết. *Tam pháp ấn* có thể được hiểu một cách đơn giản là 3 yếu tố, 3 ý nghĩa xuyên suốt có khả năng giúp ta xác định, tin chắc được một phần giáo lý nào đó là do chính đức Phật thuyết dạy. Theo đó thì tất cả kinh điển do Phật thuyết dạy đều phải có sự hiện diện của 3 ý nghĩa gọi là *Tam pháp ấn* này, và cũng không thể có những ý nghĩa đi ngược lại, mâu thuẫn với *Tam pháp ấn*. Ba ý nghĩa này được kể ra cụ thể là: *chư hành vô thường, chư pháp vô ngã* và *Niết-bàn tịch tĩnh*. Tuy nhiên, sự phân biệt theo *Tam pháp ấn* là thuộc về phần giáo lý bậc cao và có thể là khá phức tạp, khó hiểu đối với nhiều người trong chúng ta. Mặt khác, những sai lệch thường gặp trong thực tế có thể dựa vào một số yếu tố để nhận ra mà chưa cần thiết phải dùng đến *Tam pháp ấn*.

Trước hết, chúng ta có thể dựa vào một nguyên tắc chung gọi là *"ngôn hành hợp nhất"* để đánh giá về sự thuyết dạy của một người nào đó. Nguyên tắc này nói lên rằng, nếu một người thuyết giảng chánh pháp, thì *lời nói và việc làm* của người đó phải đi đôi với nhau. Chẳng hạn, nếu một người thuyết dạy về những nguyên tắc sống đơn giản, thì điều tất yếu là bản thân người đó không thể sống một cuộc sống xa hoa với tất cả những tiện nghi mà nền văn minh hiện đại này có được. Nguyên tắc này xuất phát từ một phương thức thuyết dạy trong Phật giáo được gọi là *"thân giáo"*, nghĩa là dùng đời sống của chính bản thân mình để nêu gương thuyết dạy người khác. Khi một người luôn nói ra những điều tốt đẹp nhưng bản thân lại không thực hiện đúng theo những điều tốt đẹp ấy, xem như nguyên tắc này không được đáp ứng, và chúng ta có thể bước đầu đặt ra sự hoài nghi, cảnh giác đối với sự thuyết giảng của người ấy.

Nguyên tắc thứ hai là nguyên tắc *"nhất quán"*. Nguyên tắc này nói lên rằng, khi một người thuyết giảng chánh pháp thì tất cả những gì người ấy đã nói ra trước đây, đang nói ra vào lúc này và sẽ nói ra trong tương lai, tại nơi này hoặc nơi khác, hết thảy đều phải luôn luôn phù hợp, nhất quán với nhau, không thể có sự mâu thuẫn, trái ngược. Chẳng hạn, khi một người thuyết dạy về đời sống chân thật, khen ngợi sự chân thật trong cuộc sống, thì vào một lúc khác, tại một nơi khác, người ấy không thể nói ra những điều trái ngược lại với ý nghĩa đó. Nếu nguyên tắc này không được đáp ứng, chúng ta có thể đặt vấn đề hoài nghi, cảnh giác đối với sự thuyết giảng của người ấy.

Nguyên tắc thứ ba được gọi là nguyên tắc *"chiêm nghiệm và so sánh"*. Nguyên tắc này vận dụng các phần giáo lý căn bản đã được học hiểu và thực hành ngay trong cuộc sống của chúng ta để so sánh với những gì được nghe thuyết giảng. Tùy theo trình độ của mỗi chúng ta, các phần giáo lý căn bản đó có thể là *Tứ diệu đế, Thập nhị nhân duyên,* Bát chánh *đạo, Lục Ba-la-mật...* nhưng nói chung, khi chúng ta đã được học hiểu và có sự thực hành, vận dụng một trong các phần giáo lý này vào cuộc sống hằng ngày, chúng ta sẽ tự có được sự chiêm nghiệm của bản thân, sẽ tự rút ra được ý nghĩa đích thực của phần giáo lý đó. Vì vậy, khi một người thuyết giảng chánh pháp mà nói ra những điều không phù hợp với những gì chúng ta đã học, đã hiểu, đã hành trì, thì chúng ta có thể cần phải đặt ra sự hoài nghi cảnh giác đối với sự thuyết giảng của người ấy.

Trên cương vị của một người học Phật, chúng ta chỉ nên vận dụng 3 nguyên tắc trên để đặt ra sự *hoài nghi và cảnh giác* đối với sự thuyết giảng của một cá nhân, mà không nên tiến đến chỗ tranh biện đúng sai với cá nhân ấy. Đó là vì những sự tranh biện như thế không thực sự giúp ích được gì cho đời sống tinh thần của chúng ta. Chúng ta chỉ cần tuân theo nguyên tắc *"y pháp bất y nhân"* do Phật truyền dạy, tự mình tránh xa những gì nghi ngờ là không đúng chánh pháp mà thôi. Còn việc xác định chắc chắn sự thuyết giảng của một cá nhân có phải là sai lệch chánh pháp hay không, chúng ta nên dành lại cho các vị luận sư uyên bác, những người có thể vận dụng phần giáo lý về *Tam pháp ấn* như đã nói trên để bảo vệ chánh pháp.

Từ Tam quy đến Ngũ giới...

Không có quy định nào về việc người *quy y Tam bảo* phải *thọ trì Ngũ giới*, nhưng xét về mặt ý nghĩa thì đây là điều tất yếu nên làm và từ xưa đến nay đã được hầu hết những người tin Phật noi theo.

Trong Phật giáo, việc học giới và giữ giới được xem là rất quan trọng, là một trong ba môn học có thể giúp đạt đến sự giải thoát, gọi là *Tam vô lậu học*, bao gồm: *giới, định* và *tuệ*. Mặt khác, khi đức Phật sắp nhập *Niết-bàn*, ngài *A-nan* thưa hỏi về sự nương tựa, y cứ sau này, Phật có dạy rằng: *"Sau khi ta diệt độ, phải lấy giới luật làm thầy."* Điều đó cho thấy tầm quan trọng của giới luật đối với người học Phật. Chỉ cần học hiểu và nghiêm trì giới luật thì cánh cửa giải thoát có thể xem như đã bắt đầu được hé mở, bởi vì trong mối quan hệ giữa ba môn *vô lậu học* vừa kể thì *giới* có thể được xem là môn học quyết định đầu tiên: nhờ có *giới* mới có *định*, nhờ có *định* mới phát sinh *trí tuệ*.

Giới có nhiều tầng bậc khác nhau, được áp dụng cho các đối tượng tu tập khác nhau, như *Ngũ giới* (5 giới), *Thập giới* (10 giới) cho đến *Cụ túc giới* (250 giới)... Trong đó có thể thấy *Ngũ giới* là tầng bậc căn bản nhất và được áp dụng cho những người cư sĩ, tức là những người học Phật tại gia, còn đang duy trì cuộc sống có gia đình.

Ngũ giới bao gồm các giới sau:

1. *Không sát sinh*: Về căn bản, giới này có nghĩa là *không giết hại mạng sống của tất cả các sinh vật*. Mỗi sinh vật đều tham tiếc mạng sống của mình, đều không muốn bị giết hại và sẽ hết sức đau khổ khi bị giết hại. Chúng ta có thể chiêm nghiệm nơi bản thân mình để hiểu được sự đau khổ của người khác, hay nói rộng ra là của mọi sinh vật khác khi bị giết hại. Vì bản thân mình không muốn bị giết hại và vì hiểu được những khổ đau của sinh vật bị giết hại, nên chúng ta thọ trì giới này, nguyện trọn đời không làm việc giết hại hoặc có những lời nói, tư tưởng có thể dẫn đến sự giết hại; không tán thành hoặc xúi giục, sai khiến người khác làm việc giết hại; không hài lòng, vui sướng khi thấy người khác làm việc giết hại.

Khi có sự thực hành và chiêm nghiệm giới này, chúng ta sẽ có thể hiểu rộng hơn nữa về phạm vi của giới, từ chỗ *không giết hại* tiến lên một bước nữa là *không làm hại*. Thuật ngữ này trong tiếng Phạn gọi là Ahimsā, chữ Hán dịch nghĩa là *Bất hại* (不害), trong tiếng Việt được hiểu là *không làm tổn hại đời sống của mọi sinh vật*. Bởi vì, việc làm tổn hại đời sống sinh vật cũng làm cho sinh vật đó đau khổ (chẳng hạn như khi ta đánh đập người khác) và bản thân ta cũng không mong muốn điều đó xảy ra cho mình. Và xét cho cùng thì việc làm tổn hại đời sống của một sinh vật chính là biểu hiện ở mức độ nhẹ hơn của việc giết hại. Vì thế, khi chúng ta nuôi dưỡng tâm từ bi không giết hại thì cũng với tâm từ bi đó ta sẽ không thể làm tổn hại đến đời sống của bất cứ sinh vật nào.

2. *Không trộm cắp*: Về căn bản, giới này có nghĩa là *không nhận về mình bất cứ phần của cải, vật chất nào không do tự mình làm ra hoặc không do người khác tự nguyện trao cho mình.* Hết thảy chúng ta đều tham tiếc những gì do mình làm ra, đều không muốn bị kẻ khác lường gạt, trộm cắp hoặc cướp giật đi phần tài sản của mình, và đều đau khổ khi điều đó xảy ra. Vì hiểu được điều đó nên chúng ta thọ trì giới này, nguyện trọn đời không làm việc lường gạt, trộm cắp hoặc cướp giật tài sản của người khác bằng bất cứ hình thức nào để mang về làm của mình, cho dù đó là phần tài sản nhỏ nhặt nhất. Chúng ta cũng nguyện không nuôi dưỡng những lời nói hoặc tư tưởng có thể dẫn đến sự lường gạt, trộm cắp hoặc cướp giật; không tán thành hoặc xúi giục, sai khiến người khác làm việc lường gạt, trộm cắp hoặc cướp giật; không hài lòng, vui sướng khi thấy người khác làm việc lường gạt, trộm cắp hoặc cướp giật.

Khi có sự thực hành và chiêm nghiệm giới này, chúng ta sẽ có thể hiểu rộng hơn nữa về phạm vi của giới, từ chỗ không *lường gạt, trộm cắp hoặc cướp giật*, chúng ta tiến lên một bước nữa là *không sử dụng bất cứ lợi thế sẵn có hay phương thức khéo léo hoặc thủ đoạn khôn ngoan nào để giành lấy về mình phần lợi tức nhiều hơn người khác, không tương xứng với phần công sức mình đã bỏ ra.* Bởi vì, mỗi người đều mong muốn phần lợi tức nhiều hơn, và đều không vui khi bị người khác giành lấy phần lợi tức mà lẽ ra phải thuộc về mình. Vì thế, xét cho cùng thì khi ta sử dụng những lợi thế sẵn có hay sự khôn ngoan hoặc khéo léo của mình vào việc giành lấy phần lợi tức của người khác, đó cũng chính là biểu hiện của sự trộm cướp ở dạng tinh tế hơn mà thôi.

3. *Không tà dâm:* Về căn bản, giới này có nghĩa là *không quan hệ như vợ chồng với bất cứ ai không phải hoặc chưa phải là vợ hay chồng mình.* Mỗi người chúng ta đều mong muốn có cuộc sống vợ chồng chung thuỷ, gắn bó trọn đời với nhau, đều không muốn vợ hoặc chồng mình có mối quan hệ bất chính với người khác, và khi điều đó xảy ra thì chúng ta đau khổ. Hành vi tà dâm không chỉ gây đau khổ cho hai người trong cuộc, mà còn gây ra đau khổ cho rất nhiều người khác có liên quan, chẳng hạn như làm tan vỡ hạnh phúc gia đình, làm cho vợ chồng con cái trong gia đình không còn được sống chung hạnh phúc với nhau, và làm cho tất cả những người thân như cha mẹ, anh,

chị, em... cũng do đó mà phải đau khổ. Vì hiểu được như thế nên chúng ta thọ trì giới này, nguyện trọn đời không quan hệ như vợ chồng với bất cứ ai không phải hoặc chưa phải là vợ hay chồng mình. Chúng ta cũng nguyện không nuôi dưỡng những lời nói hoặc tư tưởng có thể dẫn đến sự quan hệ bất chính với người không phải hoặc chưa phải là vợ hay chồng mình; không tán thành hoặc xúi giục, sai khiến người khác quan hệ bất chính với người không phải hoặc chưa phải là vợ hay chồng của họ; không hài lòng, vui sướng khi thấy người khác quan hệ bất chính với người không phải hoặc chưa phải là vợ hay chồng của họ.

Khi có sự thực hành và chiêm nghiệm giới này, chúng ta sẽ có thể hiểu rộng hơn nữa về phạm vi của giới, từ chỗ *không quan hệ như vợ chồng với người không phải hoặc chưa phải là vợ hay chồng của mình*, chúng ta tiến lên một bước nữa là *luôn tìm cách nuôi dưỡng và bảo vệ hạnh phúc gia đình của chính mình cũng như của người khác*. Bởi vì, mỗi người đều mong muốn có một gia đình hạnh phúc, và việc nuôi dưỡng, bảo vệ hạnh phúc gia đình chính là hành động tích cực nhất để ngăn ngừa việc nảy sinh những mối quan hệ tình cảm nam nữ bất chính. Khi mỗi gia đình đều thực sự có được hạnh phúc trong cuộc sống chung, những người vợ hoặc chồng trong các gia đình ấy sẽ không rơi vào sự cám dỗ của nhục dục để dẫn đến quan hệ như vợ chồng với những người không phải là vợ hoặc chồng của họ, gây đau khổ cho chính họ và gia đình của họ cũng như nhiều người khác. Mặt khác, nếu chúng ta là những người chưa lập gia đình, sự thực hành giới này sẽ bảo vệ chúng ta không rơi vào những bi kịch đáng tiếc gây đau khổ cho chính mình và cho cả người mình yêu thương.

4. *Không nói dối:* Về căn bản, giới này có nghĩa là *không nói bất cứ điều gì không đúng với sự thật.* Tất cả chúng ta đều ý thức được giá trị của sự chân thật, đều không muốn bị người khác lừa dối, nói với mình những điều không đúng sự thật. Lời nói không đúng sự thật có thể tạo ra những nhận thức sai lầm và dẫn đến những hành động sai lầm, và điều đó có thể là nguyên nhân của nhiều sự sai trái khác. Vì hiểu được điều đó nên chúng ta thọ trì giới này, nguyện trọn đời không nói ra bất cứ điều gì không đúng sự thật, chỉ nói những lời chân thật. Chúng ta cũng nguyện không nuôi dưỡng những ý tưởng không đúng sự thật; không tán thành hoặc xúi giục, sai khiến người khác nói những lời không đúng sự thật; không hài lòng, vui sướng khi thấy người khác nói những lời không đúng sự thật.

Khi có sự thực hành và chiêm nghiệm giới này, chúng ta sẽ có thể hiểu rộng hơn nữa về phạm vi của giới, từ chỗ không *nói những lời không đúng sự thật*, chúng ta tiến lên một bước nữa là *nhận thức đầy đủ về sức mạnh phá hoại cũng như xây dựng của lời nói*, và do đó mà *chỉ nói ra những lời mang lại niềm vui chính đáng, sự đoàn kết gắn bó, yêu thương và hiểu biết lẫn nhau cho hết thảy mọi người; không nói ra những lời gây đau khổ cho người khác hoặc dẫn đến sự chia rẽ, thù hận hay hiểu lầm lẫn nhau giữa mọi người*. Bởi vì, khi chúng ta sử dụng đúng đắn sức mạnh của lời nói, chúng ta góp phần tích cực trong việc mang lại đời sống an vui và hạnh phúc chân thật cho bản thân cũng như cho tất cả mọi người quanh ta.

5. *Không uống rượu*: Về căn bản, giới này có nghĩa là *không sử dụng rượu, bia hoặc bất cứ món ăn thức uống nào dẫn đến sự say sưa, làm mất đi sự sáng suốt của lý trí*. Tất cả chúng ta đều biết rằng sự say sưa làm mất đi lý trí và do đó dẫn đến vô số những hành vi sai lầm, thậm chí là ngu xuẩn. Hơn thế nữa, những món ăn thức uống thuộc loại này còn gây tổn hại đến sức khỏe, làm cho chúng ta không có đủ điều kiện để sống một đời sống tốt đẹp và hữu ích đối với mọi người khác. Vì hiểu được điều đó nên chúng ta thọ trì giới này, nguyện trọn đời không sử dụng rượu, bia hoặc bất cứ món ăn thức uống nào dẫn đến sự say sưa, làm mất đi sự sáng suốt của lý trí. Chúng ta cũng nguyện không nuôi dưỡng những lời

nói hay ý tưởng khuyến khích việc sử dụng rượu, bia...; không tán thành hoặc xúi giục, sai khiến người khác sử dụng rượu, bia...; không hài lòng, vui sướng khi thấy người khác sử dụng rượu, bia...

Khi có sự thực hành và chiêm nghiệm giới này, chúng ta sẽ có thể hiểu rộng hơn nữa về phạm vi của giới, từ chỗ *không sử dụng rượu, bia hoặc bất cứ món ăn thức uống nào dẫn đến sự say sưa, làm mất đi sự sáng suốt của lý trí*, chúng ta tiến lên một bước nữa là *nhận thức đầy đủ về tác hại của những chất gây nghiện và các món ăn thức uống không lành mạnh*, do đó mà *chỉ sử dụng những món ăn thức uống lành mạnh, có lợi cho sức khỏe; không sử dụng những chất gây nghiện và các món ăn thức uống không lành mạnh*. Bởi vì, khi chúng ta sáng suốt và khôn ngoan trong việc chọn lựa sử dụng những món ăn thức uống có lợi cho sức khỏe, chúng ta góp phần vào việc tạo ra đời sống an vui và hạnh phúc cho bản thân cũng như cho những người thân quanh ta.

Trong thực tế, Ngũ giới có thể xem là cả một hệ thống luân lý, đạo đức được thu gọn lại với tính khái quát cao, bao trùm được hầu như hết thảy mọi khía cạnh cơ bản nhất của đời sống. Khi một người vâng giữ nghiêm ngặt theo 5 giới này, người ấy hầu như không thể phạm vào bất cứ hành vi xấu ác nào trong xã hội.

Uy lực của quy giới

$\mathcal{C}$ụm từ *"uy lực"* đã được người xưa dùng để mô tả về những ảnh hưởng tích cực rất lớn lao của việc thọ trì Tam quy và Ngũ giới trong đời sống. Đây có thể xem là cụm từ chính xác nhất, bởi vì những ảnh hưởng tích cực của việc thọ trì quy giới trong thực tế là rất lớn, tạo thành một sức mạnh vô song có khả năng giúp chuyển hóa hết thảy mọi hạt giống xấu ác tiềm ẩn trong mỗi chúng ta. Tuy nhiên, chỉ có sự thực hành là phương thức duy nhất mới có thể giúp ta hiểu hết được uy lực của quy giới, còn mọi sự mô tả, diễn giải đều chỉ có tính cách lý luận, dẫn dắt mà thôi. Những gì mà chúng ta có thể bàn đến ở đây thật ra chỉ là phần biểu lộ bên ngoài của vấn đề, còn chiều sâu thực sự của những giá trị tinh thần lại là điều mà mỗi người chỉ có thể tự cảm nhận được qua sự hành trì trong thực tế đời sống mà thôi.

Tam quy và Ngũ giới mang lại cho chúng ta hai khía cạnh lợi ích lớn lao không tách rời nhau. Nói một cách nôm na dễ hiểu nhất, việc quy y Tam bảo giúp chúng ta xác lập một niềm tin, một chỗ dựa tinh thần vững chắc, còn việc học hiểu và thọ trì Ngũ giới giúp chúng ta vạch ra được một hướng đi cụ thể trong đời sống. Nói một cách khác, Tam quy mang lại lợi ích trước hết cho phần tinh thần, còn Ngũ giới tác động trước hết đến mọi hành động do thân xác thực hiện. Nhưng ngay ở điểm này chúng ta có thể thấy ngay được mối quan hệ chặt chẽ không thể chia tách giữa hai khía cạnh vừa đề cập. Bởi vì tinh thần không thể tồn tại tách biệt với thân xác, và ngược lại thì mọi hành động do thân xác thực hiện cũng không thể thiếu yếu tố tinh thần. Chính điều này giải thích cho một quy định bất thành văn mà chúng ta đã có lần đề cập đến: tất cả những người *quy y Tam bảo* đều cùng lúc phát tâm *thọ trì Ngũ giới*. Chúng ta có thể nói một cách cụ thể hơn rằng, việc quy y Tam bảo là tiền đề tất yếu để dẫn đến thọ trì Ngũ giới, trong khi việc thọ trì Ngũ giới lại là điều kiện tất yếu phải có để cụ thể hóa và duy trì tâm nguyện quy y.

Vì sao nói rằng quy y Tam bảo giúp chúng ta có một chỗ dựa tinh thần vững chắc? Một trong những tính chất vốn có của con người là luôn muốn hiểu được tất cả những hiện tượng, sự việc xảy ra quanh mình. Nhưng trong thực tế, từ thuở sơ khai cho đến nay luôn có quá nhiều điều mà con người không sao hiểu hết. Những bí ẩn không lời giải đáp luôn bàng bạc trong thế giới tự nhiên quanh ta và nằm ngay trong chính thế giới nội tâm của mỗi chúng ta. Có những bí ẩn chỉ gợi sự tò mò, thắc mắc (như sự hình thành và biên giới của vũ trụ, hay nguồn gốc con người...), nhưng phần lớn các bí ẩn lại thường có khuynh hướng làm cho chúng ta sợ hãi, bất an (như sấm sét, dịch bệnh, mưa bão, động đất...). Ngày nay, chúng ta có sự tiến bộ nhất định về khoa học, và điều đó giúp giải thích một số vấn đề, nhưng điều đó lại không có nghĩa là kiểm soát được những vấn đề ấy. Chẳng hạn, con người sơ khai sợ sấm sét, động đất... vì hoàn toàn không hiểu được nguyên nhân, con người ngày nay dù đã giải thích được nguyên nhân, nhưng vẫn bất lực khi những hiện tượng này xảy ra và cướp đi sinh mạng của nhiều người... Và vì thế, chúng ta vẫn tiếp tục nuôi dưỡng sự sợ hãi đối với những gì nằm ngoài sự hiểu biết và kiểm soát của chúng ta trong môi trường tự nhiên. Chính sự sợ hãi này là một trong những nguyên nhân đầu tiên đã thúc đẩy con người tìm đến với một số tôn giáo, tín ngưỡng như một chỗ dựa tinh thần.

Nhưng tôn giáo hình thành theo cách này thực chất là xuất phát từ sự thiếu hiểu biết, từ sự hình dung, tưởng tượng vô căn cứ về những điều chưa biết... Và với nền tảng đó, nó không thể thực sự là chỗ dựa tinh thần vững chắc cho con người. Với hoạt động của tri thức, con người luôn hoài nghi về những điều không hợp lý (vốn là bản chất của sự tưởng tượng), và điều này giải thích lý do vì sao con người đã tìm được chỗ dựa nơi tôn giáo nhưng tự sâu thẳm trong tâm hồn vẫn cảm thấy một sự băn khoăn, bất an.

Phật giáo không phải là một tôn giáo hình thành theo cách đó. Đức Phật không chấp nhận những điều mô tả theo trí tưởng tượng, mà chỉ đưa ra những mô tả xuất phát từ sự chứng nghiệm trong thực tế. Trí tuệ giác ngộ của ngài đã nhìn xuyên suốt mọi hiện tượng trong tự nhiên, xuyên suốt mọi thế giới mà đối với chúng ta là huyền bí, khó hiểu. Tuy nhiên, ngài không yêu cầu chúng ta đặt niềm tin vào những gì huyền bí, khó hiểu đó, mà dẫn dắt chúng ta đặt niềm tin vào những gì rất thiết thực, có thể chứng nghiệm ngay trong cuộc sống này.

Niềm tin vào Tam bảo là một niềm tin hình thành theo cách đó, với các đối tượng Phật, Pháp, Tăng mà chúng ta có thể hiểu được và thấy nghe nhận biết bằng tri giác thông thường của bản thân mình. Vì thế, quy y Tam bảo trước hết là quy y với những đối tượng mà chúng ta kính ngưỡng và nguyện noi theo để có cuộc sống tốt đẹp, an vui hơn.

Thế nhưng, trí tuệ và nhân cách siêu việt của đức Phật còn giúp chúng ta đẩy lùi mọi sự sợ hãi vô căn cứ mà trước đây có thể đã từng ngự trị trong tâm hồn ta. Lấy ví dụ như những điều may rủi đến với ta trong cuộc sống có vẻ như không theo một quy luật nhất định nào, và do đó ta thường lo sợ khi liên tiếp gặp phải những rủi ro. Từ đó, ta đi tìm chỗ dựa tinh thần vào những việc như bói toán, xem ngày giờ, cúng sao giải hạn... Nhưng tất cả những điều đó đều chỉ là những phương thức được hình thành từ sự tưởng tượng vô căn cứ. Trí tuệ giác ngộ của đức Phật đã chỉ ra rằng tất cả những gì xảy đến cho chúng ta hôm nay là kết quả của những hành vi trong quá khứ của chính chúng ta, và mối quan hệ nhân quả này đã được ngài quán sát thấu đáo để giải thích cho tất cả mọi hành vi và nghiệp báo của chúng sanh. Khi tin và hiểu được điều này, chúng ta không còn những lo sợ vô căn cứ như trước nữa, mà trái lại có thái độ tích cực hơn để cải thiện mọi hành vi trong hiện tại của mình, vì chúng ta biết chắc rằng điều đó sẽ quyết định những gì chúng ta gặt hái vào ngày mai. Luật nhân quả là một phạm trù khá rộng và phức tạp nhưng rất thú vị, chúng ta hy vọng sẽ có dịp quay trở lại vấn đề này trong một tập sách khác.

Mặt khác, như đã nói, nhân cách siêu việt của đức Phật giúp chúng ta khi đã đặt niềm tin vào ngài thì không còn sự sợ hãi trước bất kỳ đối tượng nào khác. Rất nhiều người trong chúng ta trước đây có thể đã từng thờ cúng các vị thần mà chúng ta chưa từng thực sự được biết, không phải xuất phát từ sự kính phục hay ngưỡng mộ, mà thực chất là vì sợ hãi. Chúng ta sợ rằng nếu không thờ cúng các vị ấy, chúng ta sẽ phải chịu những sự trừng phạt bí ẩn nào đó mà không ai có thể bảo vệ được cho ta. Nhưng khi chúng ta quy y Tam bảo, đức Phật chỉ rõ một cách bao quát rằng tất cả những cảnh giới như trời, thần, quỷ, vật... đều không thoát ngoài tam giới, đều là những chúng sanh đang chịu sự chi phối của nghiệp quả luân hồi, và do đó chúng ta không có gì phải sợ sệt hoặc nương theo những đối tượng ấy. Cách tốt nhất để mang lại sự an ổn cho bản thân là hướng về điều thiện, và quy y Tam bảo là nền tảng đầu tiên cho một cuộc sống hướng thiện. Trong một số kinh, đức Phật còn mô tả uy lực của người thọ trì Tam quy và Ngũ giới là được các vị thiện thần vây quanh để hộ trì. Và điều đó cho thấy khi chúng ta đặt niềm tin nơi Tam bảo thì chúng ta không còn phải lo sợ trước bất kỳ một đối tượng nào khác. Vì thế mà có thể xác định rằng việc quy y Tam bảo là xác lập niềm tin và mang lại cho chúng ta một chỗ dựa tinh thần vững chắc.

Nhiều người đã quy y Tam bảo nhưng vẫn thờ cúng các vị thần linh huyễn hoặc, chẳng hạn như thờ thần tài, ông địa, ông táo... hoặc vẫn tin vào việc bói toán, xem ngày giờ tốt xấu, cúng sao giải hạn... Đó là vì những người ấy chưa thực sự hiểu hết ý nghĩa của việc quy y, và do đó cũng chưa thực sự đặt trọn niềm tin nơi Tam bảo. Nếu hiểu và tin theo lời Phật dạy, thì những chuyện tốt lành, lợi lạc đến với chúng ta chỉ có thể là kết quả của những việc làm phước thiện, làm sao lại có thể dựa vào sự phù hộ độ trì của một vị thần này hay thần khác, nhất là khi sự phù hộ độ trì đó lại có vẻ như là kết quả của những hành động "đút lót" bằng lễ vật cúng kính!

Những niềm tin và nhận thức sai lầm như trên có thể dễ dàng loại bỏ nhờ vào việc thọ trì Ngũ giới. Trong kinh nói: *Nhân giới sanh định, nhân định phát huệ.* Vì thế, thọ trì Ngũ giới có thể giúp chúng ta chuyển hóa đời sống theo hướng tích cực, tốt đẹp hơn, và do đó mà tâm trí sẽ được sáng suốt hơn, có thể hiểu đúng những giáo lý do Phật truyền dạy, và điều đó giúp ta xóa tan đi những nhận thức sai lầm, tà kiến.

Thực hành Ngũ giới là bước khởi đầu căn bản nhất, nhưng cũng chính là chặng đường dài mà người học Phật có thể nương theo để đi suốt cuộc đời mình. Sở dĩ như thế, là vì trong 5 giới bao gồm nhiều lớp ý nghĩa, nhiều tầng bậc hành trì từ thấp đến cao, giúp cho người mới học có thể dễ dàng tiếp nhận, mà người thực hành, chiêm nghiệm lâu năm cũng vẫn còn có chỗ phải tiếp tục học hỏi.

Chính vì khả năng bao quát như thế, nên Ngũ giới có một uy lực vô song trong việc chuyển hóa đời sống của chúng ta. Có thể hình dung ở mức độ xấu nhất, khi bản thân ta là người đầy dẫy những thói hư tật xấu cố hữu, nhưng chỉ cần phát tâm nghiêm túc thọ trì Ngũ giới, ngay lập tức tất cả các thói hư tật xấu ấy sẽ bị ngăn chặn, và dần dần không bao lâu sẽ đi đến chỗ diệt mất. Điều khó khăn quyết định ở đây là ta phải có một quyết tâm, một ý chí dũng mãnh để nghiêm túc thọ trì không phạm giới. Chỉ cần được như thế thì mọi việc chắc chắn sẽ trở nên tốt đẹp. Ở đây có thể hình dung 5 giới như một cái khuôn của người thợ đúc, cho dù nguyên liệu sử dụng có bất cứ hình dạng nào, nhưng một khi đã đưa được vào khuôn thì chỉ có thể sản xuất ra một hình dạng duy nhất theo cái khuôn ấy.

Tính chất bao quát của 5 giới đã dẫn đến một kết quả thực tiễn là: ta không thể thực hiện bất kỳ một hành vi xấu ác nào mà không phạm vào 5 giới. Vì thế, khi ta giữ trọn 5 giới thì tất cả mọi hành vi xấu ác đều nhất thời bị ngăn chặn.

Tác dụng của 5 giới có thể tạm chia ra hai giai đoạn, cũng là hai tầng bậc thực hành giới như sau:

1. Với người mới phát tâm thọ giới, việc thực hành 5 giới thường mang tính khuôn thước, máy móc, và được hiểu theo nghĩa

căn bản nhất của giới. Tác dụng của 5 giới trong giai đoạn này là ngăn chặn, dừng lại tất cả mọi hành vi xấu ác không cho bộc lộ ra bên ngoài (nhưng thường là vẫn còn âm ỉ trong tư tưởng, ý niệm). Quá trình ngăn chặn này thường diễn ra theo trình tự như sau: Khi ý niệm về một hành động xấu khởi lên, người trì giới nhận biết và so sánh với ý nghĩa ngăn ngừa của 5 giới, nhận ra được là nó thuộc về phạm vi ý nghĩa ngăn ngừa của giới, và do đó quyết định không thực hiện nó.

Trong giai đoạn này, người trì giới thường không cảm thấy thoải mái lắm trong việc trì giới, bởi vì tâm trí người ấy thường xuyên bị đè nặng bởi những ý tưởng như *"phạm giới"* hay *"không phạm giới"*, hoặc là *"không được làm điều này"*, *"không được làm điều kia"*... Hơn thế nữa, sự phân biệt các phạm vi ý nghĩa ngăn ngừa của giới thường là một quá trình suy diễn máy móc chủ yếu dựa vào các ý nghĩa đã được truyền dạy, còn những gì thuộc về kinh nghiệm bản thân chưa có được bao nhiêu.

Người thọ trì 5 giới trong giai đoạn này giống như người cày ruộng. Lợi tức thu hoạch từ ruộng lúa là sự hứa hẹn trong tương lai, còn hiện tại là sự nỗ lực và mệt nhọc vì công việc. Việc nghiêm túc trì giới đòi hỏi phải có những nỗ lực tranh đấu liên tục trong tự thân giữa những thói quen (thường là phạm giới) và ý chí hướng thiện. Trong khi đó kết quả hoàn thiện đời sống tinh thần lại thường rất hiếm khi có thể được cảm nhận tức thời, cho dù là điều đó đang thực sự diễn ra.

Do những tính chất nêu trên, người thọ giới trong giai đoạn này nên thường xuyên củng cố niềm tin của mình bằng cách đến chùa, lễ bái Tam bảo, hoặc tham gia các khóa tu học tại các chùa. Cũng có thể tự mình tìm hiểu thêm về Phật pháp bằng cách đọc tụng kinh điển hay tìm đọc những sách giảng giải về giáo lý. Những nỗ lực phụ trợ này sẽ có ý nghĩa tích cực giúp cho việc trì giới trở nên dễ dàng hơn và cũng có hiệu quả hơn.

Giai đoạn này có thể kéo dài trong một quãng thời gian khác nhau đối với mỗi người, tùy thuộc vào năng lực thực hành giới cũng như khởi điểm khi bắt đầu thọ giới. Nói chung, giai đoạn này có thể được xem như chấm dứt khi người thọ giới bắt đầu tự mình cảm nhận được sự thoải mái trong việc trì giới và những cải thiện đáng kể trong mọi sinh hoạt của đời sống thường ngày.

2. Giai đoạn thứ hai là giai đoạn mà người thọ giới đã hoàn toàn quen thuộc với các phạm trù ngăn ngừa của giới, và việc giữ giới trở thành một phản xạ tự thân khá nhuần nhuyễn. Chẳng hạn, nếu như trong giai đoạn thứ nhất, người thọ giới phải đối đầu với một sự thèm khát nhất định khi phải từ chối không uống rượu do ý nghĩa ngăn ngừa của giới thứ 5, thì trong giai đoạn thứ hai này, việc không uống rượu trở nên một phản ứng hoàn toàn tự nhiên, và người thọ giới không còn khởi lên sự thèm khát mong muốn đối với loại thức uống độc hại ấy nữa.

Chuyển biến quan trọng trong giai đoạn này là người thọ giới thực sự cảm nhận được lợi ích của việc trì giới, tự thấy được những thay đổi tích cực, cải thiện trong đời sống hằng ngày, và kèm theo đó là một niềm an lạc, hạnh phúc mang lại do có được nếp sống chân chính, tốt đẹp. Thêm vào đó, uy lực của giới trong giai đoạn này cũng tỏa rộng ra chung quanh, khiến cho mọi người khi tiếp xúc với người thọ giới đều có thể dễ dàng nhận ra và kính phục.

Đây cũng là giai đoạn mà người thọ giới đã tích lũy được những kinh nghiệm tự thân trong việc trì giới, có được những cảm xúc và nhận xét của riêng mình qua từng trường hợp cọ xát với thực tiễn đời sống. Đó là những điều hoàn toàn không thể được truyền dạy từ người khác. Với những kết quả có được từ sự thực hành 5 giới trong cuộc sống của chính mình, người thọ giới bắt đầu có thể chiêm nghiệm về ý nghĩa của từng giới và mở rộng được phạm vi ngăn ngừa của giới. Sự mở rộng này là một kết quả tất nhiên có được qua thực hành và chiêm nghiệm, bởi vì những ý nghĩa mở rộng này vốn đã hàm chứa trong giới mà không phải là một sự thêm thắt về sau. Chỉ có điều là để hiểu được những ý nghĩa đó, đòi hỏi chúng ta phải có một quá trình thực hành việc trì giới trong thực tế đời sống.

Những chuyển biến trong sự trì giới

Chúng ta có thể tóm lại tác dụng chuyển biến của 5 giới đối với người thọ giới theo một cách ngắn gọn và dễ hiểu hơn.

Trong giai đoạn thứ nhất, 5 giới có tác dụng giúp ngăn chặn tất cả các hành vi xấu ác. Ngay cả khi ta vẫn còn nuôi dưỡng những ý tưởng xấu thì chúng cũng không thể bộc lộ thành hành động.

Trong giai đoạn thứ hai, 5 giới có tác dụng giúp ta chuyển hóa đời sống tinh thần, cảm nhận được sự an lạc và hạnh phúc thật sự từ kết quả của đời sống chân chánh, tốt đẹp. Do sự mở rộng nhận thức về phạm vi ý nghĩa của giới, nên kết quả mang lại do việc giữ giới cũng trở nên lớn lao, mạnh mẽ hơn nhiều.

Như trên đã nói, Ngũ giới không chỉ là bước khởi đầu căn bản, mà còn là phương thức tu tập có thể vận dụng trong suốt cuộc đời. Trong ý nghĩa này, qua thời gian thực hành việc trì giới thật nghiêm túc, Ngũ giới sẽ trở thành một yếu tố cấu thành đời sống của người thọ giới, mà không còn là một khuôn thước được tiếp nhận từ bên ngoài để noi theo. Nói cách khác, vào lúc này người thọ giới không còn trì giới nữa nhưng cũng không bao giờ phạm giới. Họ đã thực sự sống với giới, nên dù không có sự phân biệt so sánh nhưng hành động và lời nói, ý nghĩ cũng không bao giờ rơi vào phạm vi ngăn ngừa của giới.

Khi việc trì giới đã đạt đến mức độ này, ý nghĩa của giới không còn là sự ngăn ngừa như ban đầu nữa, mà giờ đây trở thành những định hướng trong cuộc sống của người thọ giới. Dưới đây chúng ta sẽ nêu ra những thay đổi cơ bản về mặt nhận thức, ý nghĩa của từng giới qua quá trình thực hành như vừa được mô tả ở trên.

Về giới thứ nhất, sự thực hành ban đầu mang ý nghĩa ngăn ngừa trước hết là mọi hành vi giết hại. Tiếp theo đó, người thọ giới tiến đến trừ bỏ những lời nói, ý nghĩ có thể dẫn đến việc giết hại.

Sau thời gian thực hành, ý nghĩa không giết hại được nhận thức mở rộng trở thành là không làm tổn hại đời sống sinh vật. Bởi vì sự chiêm nghiệm sâu xa cho thấy là hành vi gây tổn hại đến đời sống của sinh vật thực chất không gì khác hơn là sự giết hại từng phần, là mức độ nhẹ hơn của sự giết hại thực sự. Và người thọ giới đi đến chỗ ngăn ngừa hết thảy mọi hành vi gây tổn hại sự sống.

Trong mức độ cao hơn của việc trì giới này, người thọ giới không còn thấy có sự giết hại để ngăn ngừa nữa, bởi vì việc không làm tổn hại đến sự sống của muôn loài giờ đây đã là một hướng sống của người ấy. Và vì thế người ấy luôn vun đắp, bảo vệ sự sống quanh mình, sinh khởi tâm từ bi, thương yêu và che chở cho sự sống của mọi sinh vật quanh mình bất cứ khi nào có thể. Khi việc trì giới đã thực sự mang lại hướng sống tốt đẹp này cho người thọ giới, điều tất yếu là không còn cần thiết phải đặt ra vấn đề giữ giới hay phạm giới nữa. Trong khi đó, các việc thiện như phóng sinh, bố thí thức ăn cho kẻ nghèo đói... cũng do đây mà hình thành.

Về giới thứ hai, sự thực hành ban đầu mang ý nghĩa ngăn ngừa trước hết là mọi hành vi lường gạt, trộm cắp hay cướp giật của người khác. Tiếp theo đó, người thọ giới tiến đến trừ bỏ những ý tưởng tham lam, những mong muốn chiếm hữu tài sản của người khác.

Sau thời gian thực hành, ý nghĩa của giới này được nhận thức mở rộng trở thành là không tham về mình những phần lợi bất chính. Bởi vì sự chiêm nghiệm sâu xa cho thấy là khi ta sử dụng những lợi thế, sự khôn ngoan hay khéo léo để tham lấy những phần lợi nhiều hơn so với mức đáng có của mình, điều đó không gì khác hơn là biểu hiện khác đi của một sự ăn cắp. Và người thọ giới đi đến chỗ ngăn ngừa hết thảy mọi hành vi nhằm giành lấy phần lợi tức vật chất bất chính về mình.

Trong mức độ cao hơn của việc trì giới này, người thọ giới không còn thấy có sự tham lam trộm cắp để ngăn ngừa nữa, bởi vì hướng sống của người ấy giờ đây đã loại bỏ hoàn toàn sự tham lam, ích kỷ. Và vì thế người ấy luôn có ý muốn chia sẻ, giúp đỡ người khác bằng những tài vật mà mình hiện có, không còn tham tiếc những của cải vật chất đang có. Và khi việc trì giới đã thực sự tạo ra được tâm niệm tốt đẹp này, điều tất yếu là không còn cần thiết phải đặt ra vấn đề giữ giới hay phạm giới nữa. Trong khi đó, những việc làm như giúp đỡ người nghèo, bố thí cho kẻ đói, giúp tiền của vào các công tác từ thiện xã hội... cũng được hình thành như là kết quả của một đời sống mới tốt đẹp hơn.

Về giới thứ ba, sự thực hành ban đầu mang ý nghĩa ngăn ngừa trước hết là mọi hành vi tà dâm. Tiếp theo đó, người thọ giới tiến đến trừ bỏ những lời nói, ý nghĩ có thể dẫn đến việc tà dâm.

Sau thời gian thực hành, ý nghĩa không tà dâm được nhận thức mở rộng trở thành là sự nuôi dưỡng và bảo vệ hạnh phúc gia đình của chính mình cũng như của người khác. Bởi vì sự chiêm nghiệm sâu xa cho thấy rằng sự nuôi dưỡng và bảo vệ hạnh phúc gia đình chính là cách tốt nhất để ngăn ngừa hành vi tà dâm. Và người thọ giới đi đến chỗ luôn tìm mọi cách để vun đắp cho hạnh phúc gia đình của bản thân cũng như của người khác.

Trong mức độ cao hơn của việc trì giới này, người thọ giới không còn thấy có sự tà dâm để ngăn ngừa nữa, bởi vì việc xây dựng hạnh phúc gia đình giờ đây đã là một hướng sống của người ấy. Và vì thế người ấy luôn vun đắp, bảo vệ hạnh phúc gia đình, tìm mọi cách để duy trì sự thương yêu và hiểu biết lẫn nhau trong cuộc sống gia đình, cũng như khuyên bảo, giúp đỡ người khác trong việc bảo vệ hạnh phúc gia đình của họ. Và khi việc trì giới đã thực sự mang lại hướng sống tốt đẹp này cho người thọ giới, điều tất yếu là không còn cần thiết phải đặt ra vấn đề giữ giới hay phạm giới nữa.

Về giới thứ tư, sự thực hành ban đầu mang ý nghĩa ngăn ngừa trước hết là những lời nói dối, không đúng sự thật. Tiếp theo đó, người thọ giới tiến đến trừ bỏ những tư tưởng, ý niệm sai sự thật.

Sau thời gian thực hành, ý nghĩa không nói dối được nhận thức mở rộng trở thành là không nói ra những lời có hại. Bởi vì sự chiêm nghiệm sâu xa cho thấy sức mạnh của lời nói có thể giúp xây dựng cũng như phá hoại một đời sống tốt đẹp. Và người thọ giới đi đến chỗ ngăn ngừa hết thảy những lời nói gây đau khổ cho người khác, những lời nói gây chia rẽ, thù hận hay tạo sự hiểu lầm giữa những người khác.

Trong mức độ cao hơn của việc trì giới này, người

thọ giới không còn thấy có việc nói dối để ngăn ngừa nữa, bởi vì sự chân thật và ý thức đầy đủ về sức mạnh của lời nói giờ đây đã là một hướng sống của người ấy. Và vì thế người ấy luôn nói ra những lời chân thật, những lời hòa ái, dẫn đến sự đoàn kết, gắn bó và yêu thương nhau giữa mọi người. Và khi việc trì giới đã thực sự tạo ra được một nhận thức đúng đắn và tốt đẹp trong việc sử dụng lời nói, điều tất yếu là không còn cần thiết phải đặt ra vấn đề giữ giới hay phạm giới nữa.

Về giới thứ năm, sự thực hành ban đầu mang ý nghĩa ngăn ngừa trước hết là việc uống rượu. Tiếp theo đó, người thọ giới tiến đến không sử dụng tất cả những món ăn thức uống gây say sưa, làm mất đi sự sáng suốt của lý trí.

Sau thời gian thực hành, ý nghĩa không uống rượu được nhận thức mở rộng trở thành là không sử dụng tất cả những món ăn thức uống gây nghiện hoặc có hại cho sức khỏe. Bởi vì sự chiêm nghiệm sâu xa cho thấy là sự chọn lựa sáng suốt trong việc ăn uống có thể góp phần quan trọng trong việc bảo vệ sức khỏe và giúp hình thành một đời sống thực sự an vui, hạnh phúc. Và người thọ giới đi đến chỗ không sử dụng bất cứ món ăn thức uống nào có hại cho sức khỏe.

Trong mức độ cao hơn của việc trì giới này, người thọ giới không còn thấy có sự uống rượu để ngăn ngừa nữa, bởi vì sự sáng suốt chọn lựa trong việc ăn uống giờ đây đã là một hướng sống của người ấy. Và vì thế người ấy luôn nhận thức đúng về các món ăn thức uống của mình, không bị sự tham đắm mùi vị lôi cuốn đến với những món ăn thức uống gây ra sự say sưa, nghiện ngập hoặc có hại cho sức khỏe. Và khi việc trì giới đã thực sự mang lại hướng sống tốt đẹp này cho người thọ giới, điều tất yếu là không còn cần thiết phải đặt ra vấn đề giữ giới hay phạm giới nữa.

Chùa xưa, chùa nay...

Trải qua hơn 20 thế kỷ tồn tại và phát triển trên đất Việt, đạo Phật đã tạo ra những dấu ấn sâu đậm trong tâm hồn dân tộc đến nỗi đôi khi ta không còn có thể phân tách được giữa những gì gọi là bản sắc dân tộc với bản sắc Phật giáo. Nói một cách khác, tất cả đã hòa quyện vào nhau thành một khối, và trở thành những giá trị văn hóa chung, những giá trị tinh thần mà bất cứ người dân Việt nào cũng được thừa hưởng, được un đúc từ sâu thẳm trong tiềm thức.

Chính vì thế mà trên khắp đất nước Việt Nam này, đâu đâu cũng có chùa. Tôi đã từng có dịp sống ở nhiều vùng đất mới, và điều chung nhất mà tôi nhận ra là, ngay khi việc ăn ở vừa tạm yên, những người dân tha hương đã ngay lập tức họp bàn với nhau để chung sức dựng một ngôi chùa. Nếu chưa được như thế, khi điều kiện kinh tế còn quá khó khăn, người ta cũng dựng lên một mái nhà tranh nhỏ bé để an trí tượng Phật làm nơi lễ bái, gọi là Niệm Phật Đường. Và điều ta có thể tin chắc là, nơi đây sẽ trở thành một ngôi chùa tôn nghiêm ngay khi nào mà người dân vừa ổn định được cuộc sống.

Tấm lòng của dân ta đối với ngôi chùa là như thế, thủy chung như nhất, bao giờ cũng xem đây là chỗ dựa tinh thần, là nơi quy hướng, là nơi mang lại sự bình an cho cuộc sống, và cũng là nơi dắt dẫn mọi người đi theo con đường tốt đẹp, dẫn đến sự an vui, hạnh phúc.

Thế nhưng, vật đổi sao dời, cuộc sống ngày nay đang phát triển và đổi thay với tốc độ chóng mặt, thì những ngôi chùa ngày nay cũng có phần nào đó thay đổi khác xưa đôi chút.

Ở đây tôi không muốn nói đến những thay đổi về kiến trúc hay hình thể, vì những điều ấy là tất nhiên và rất dễ nhận ra. Tôi muốn đề cập đến một vài nét tinh tế hơn, có tác động đến khuynh hướng tu tập của tín đồ, và không phải là ai cũng dễ dàng nhận thấy.

Trước hết, chùa ngày nay đến gần với dân cư hơn, không như những ngôi chùa xưa thường chọn những nơi núi rừng tịch tĩnh, cách xa phố thị. Đi một vòng thăm qua nhiều ngôi chùa mới xây dựng gần đây, hầu hết đều là ở những khu dân cư tập trung và gần mặt đường. Nếu có khó khăn lắm không tìm được đất mặt tiền, thì cũng phải có đường vào thuận lợi, xe lớn vào được.

Sự thay đổi này có rất nhiều ý nghĩa tích cực. Trước hết, tín đồ ngày nay có ít thời gian hơn - thời đại công nghiệp mà - nên khi muốn đến chùa cũng không thể cất công băng rừng lội suối hay đi theo những con đường ngoằn ngoèo nhỏ hẹp hàng cây số... mà cần có những điểm đến thuận lợi, dễ dàng hơn. Thứ hai, tín đồ ngày nay không chỉ đến chùa để dâng hương lễ bái vào những ngày rằm, mồng một như trước đây, mà còn có thêm cả nhu cầu đến chùa để vãn cảnh, thư giãn trong vòng mười lăm, hai mươi phút... Vì thế, sẽ dễ dàng hơn nhiều khi có một ngôi chùa ở những vị trí thuận lợi, dễ dàng đi đến. Thứ ba, chư tăng ni ngày nay cần phải bắt kịp tri thức của thời đại mới có thể làm tốt công việc hoằng hóa của mình, vì thế họ không thể theo học duy nhất một vị thầy như ở các ngôi chùa xưa, mà cần phải được đào tạo một cách có hệ thống trường lớp, có chương trình và quy mô hẳn hòi. Do đó, việc tu tập ở những ngôi chùa có điều kiện đi lại thuận lợi sẽ giúp cho các vị dễ dàng hơn khi theo học các trường Phật học.

Tuy nhiên, ngoài những yếu tố tích cực như trên (và tất nhiên cũng còn nhiều thuận lợi khác nữa mà ở đây chưa thể nói hết), sự thay đổi này cũng tạo ra một vài khó khăn cho việc tu tập của chư tăng ni, và người tín đồ cần phải hiểu được điều đó. Trước hết là sự tiếp xúc quá nhiều và quá gần với đời sống thế tục. Vì thế, nếu như xưa kia tinh thần "*hòa quang đồng trần*" chỉ được nghe các vị thạc đức nhắc đến, thì ngày nay đến cả một chú sa-di vừa mới vào chùa cũng đã phải học lấy tinh thần này rồi. Bởi vì chỉ cần bước chân ra khỏi cổng chùa là các vị đã phải tiếp xúc ngay với biết bao phiền toái và cám dỗ của đời sống thế tục. Và do đó mà sự phát tâm tu tập của chư tăng ni ngày nay được đòi hỏi phải hết sức mạnh mẽ và kiên quyết. Kèm theo đó, phải có sự xác định ranh giới rõ ràng giữa đời sống xuất gia và những gì thuộc về thế tục. Người tín đồ cần hiểu được những khó khăn này để không vô tình mang đến chùa những sự phiền toái của đời sống gia đình, làm trở ngại và quấy nhiễu việc tu tập của các vị.

Khi đến chùa, chúng ta nên hết sức giữ thái độ cung kính đối với Tam bảo, nhất là đối với chư vị tăng ni. Chúng ta chỉ nên thưa hỏi những gì thực sự liên quan đến việc tu tập, những gì cần đến sự dẫn dắt, chỉ dạy của các vị trong đời sống tinh thần, và đừng bao giờ trao đổi, trò chuyện về những gì không thực sự cần thiết cho việc tu tập của bản thân mình. Khi làm được như thế là chúng ta đã góp phần tích cực trong việc gìn giữ sự thanh tịnh của chốn thiền môn, giúp cho đạo hạnh của chư vị tăng ni ngày càng tỏa sáng và mãi mãi là chỗ dựa tinh thần vững chắc cho tất cả tín đồ.

Khó khăn thứ hai cho việc tu tập của chư vị tăng ni ở những ngôi chùa ngày nay là sự mở rộng các phương tiện tiếp xúc. Chùa nằm ở khu đông dân cư thì tất yếu phải có điện thoại. Nhiều vị còn có thêm nhu cầu sử dụng điện thoại di động hoặc thư điện tử... Những phương tiện này trước hết là được sử dụng vào mục đích tu học và hoằng pháp của các vị, nhưng hệ quả tất yếu là nó cũng làm cho đời sống của các vị có phần nào đó trở nên bận rộn hơn, bớt đi phần thanh thản như chư tăng ở các ngôi chùa xưa. Có lần tôi được nghe tiếng chuông điện thoại di động reo lảnh lót giữa buổi thuyết pháp của chư tăng, và tôi biết đó là điều không mấy thuận lợi cho sự tu tập của các vị. Người tín đồ cần hiểu được điều này để không làm tăng thêm sự khó khăn cho các vị. Khi có nhu cầu gọi điện thoại đến chùa hoặc cho một vị tăng ni nào đó, chúng ta cần biết chắc là vào giờ đó các vị đang làm gì, có thuận tiện cho việc nghe và trả lời điện thoại hay không. Một khi không thể biết chắc như thế, tốt nhất là chúng ta đừng sử dụng phương tiện này. Hơn thế nữa, xin hãy cân nhắc thận trọng nội dung cần trao đổi, đừng bao giờ làm phiền các vị bằng những vấn đề thực sự không cần thiết.

Một trong những ngôi chùa mà tôi thường lui tới có quy định (và được thông báo rõ cho tất cả tín đồ) là chỉ nghe điện thoại vào một số giờ nhất định trong ngày. Ngoài những giờ ấy ra, dây điện thoại được các vị tháo rời khỏi máy. Đây cũng là một phương cách rất hữu hiệu mà chư tăng ni có thể áp dụng để bảo vệ thời gian tu tập của mình trong ngày.

Nếu chúng ta có được địa chỉ điện thư của một ngôi chùa hay một vị tăng ni nào đó, cũng phải hết sức cân nhắc thận trọng trước khi gửi đi một bức điện thư. Thời gian tu tập của các vị là cực kỳ quý báu, và ta không nên làm phiền các vị với những vấn đề không thực sự cần thiết. Nếu mỗi tín đồ đều ý thức được điều đó, chắc chắn là sự tu tập của chư vị tăng ni sẽ được bớt phần khó khăn.

Sự thay đổi thứ hai là mối quan hệ giữa chư tăng ni trong một ngôi chùa ngày nay, đặc biệt là vị trụ trì, với tín đồ của ngôi chùa ấy. Ngày nay, hầu như khu dân cư nào cũng có chùa, và vì thế mà mỗi ngôi chùa thường có một số tín đồ nhất định sống quanh chùa thường xuyên lui tới. Mối quan hệ thường xuyên này dẫn đến việc người tín đồ mong muốn được thầy trụ trì quan tâm giúp đỡ cho hết thảy mọi việc hệ trọng trong gia đình mình. Những việc hệ trọng này thường là bao gồm các lễ cầu an, cầu siêu, ma chay, tang tế... Và vì là dân cư đông đúc nên hệ quả tất yếu là những hoạt động này phải chiếm mất phần lớn thời gian tu tập của các vị tăng ni trong chùa. Nếu vị trụ trì có thể nhận ra điều này và có một sự phân bổ thời gian hợp lý, điều đó có thể giúp giảm nhẹ khó khăn cho sự tu tập của tăng ni. Nhưng nếu không có một sự giới hạn cần thiết, thường là những hoạt động này sẽ có thể là lợi bất cập hại. Và kết quả là việc tu tập của chư tăng ni trong chùa có thể sẽ phải trì trệ, khó khăn rất nhiều.

Nếu người tín đồ nhận ra và ý thức đúng được điều này, chúng ta sẽ dễ dàng cảm thông và không tạo ra sự khó xử cho thầy trụ trì cũng như các vị tăng ni. Chúng ta nên hiểu rằng, vai trò dẫn dắt đời sống tinh thần của chư tăng đối với chúng ta không chỉ nằm trong việc cúng kính, lễ lạt... mà cần yếu hơn là những bài thuyết pháp, những chỉ dẫn cụ thể cho mọi hành vi ứng xử của chúng ta trong cuộc sống. Vì thế, chúng ta phải tinh tế nhận ra và dành thời gian nhiều hơn để các vị có thể tiếp xúc và chỉ dạy cho chúng ta, mà không phải là dành hầu hết thời gian cho các nghi thức lễ lạt, cúng kính... Một số các chùa có thành lập những Ban hộ niệm gồm các vị cư sĩ lớn tuổi để đảm nhận việc cúng kính thay cho chư tăng ni. Đây cũng là một hướng đi đúng đắn, biểu hiện cụ thể sự ủng hộ của chúng ta đối với việc tu tập của chư vị tăng ni.

Một thay đổi khác nữa là thời gian dành cho việc thuyết pháp hay tổ chức các khóa tu học thường xuyên tại chùa. Ở những ngôi chùa xưa kia, đây là một trong các hoạt động trọng tâm. Ngay cả ở các thiền viện, là những nơi mà việc tu tập được chú trọng chủ yếu vào sự hành trì hơn là phần giáo nghĩa, thì những buổi thăng đường thuyết pháp vẫn được diễn ra khá đều đặn, là cơ sở cho sự tham vấn, học tập giáo pháp cho hàng học tăng cũng như chúng cư sĩ. Còn đối với các chùa thuộc Giáo tông thì những buổi thuyết pháp được xem là hoạt động thường xuyên và tất yếu của chùa. Tất cả các chùa đều có một hoặc nhiều vị Giáo thọ chuyên lo việc dạy dỗ tăng chúng. Ngày nay, chức danh này dù vẫn còn nhưng phần lớn hoạt động giảng dạy của các vị không còn rõ nét nữa. Sự thay đổi này xuất phát từ một thực tế là, việc học của tăng ni ngày nay tập trung chủ yếu về các trường Phật học, từ sơ cấp, trung cấp đến cao cấp. Do đó, những buổi thuyết pháp không còn được mở ra thường xuyên ở các chùa để bất cứ ai muốn học hỏi giáo pháp đều có thể đến tham dự. Như một hệ quả tất yếu, người tín đồ ngày nay muốn học hỏi về giáo pháp phải sử dụng hai cách: hoặc là trực tiếp thưa hỏi để được một vị tăng ni nào đó giảng giải, chỉ bày cho, hoặc là tìm đọc kinh điển và các sách về Phật học. Thường thì cần phải kết hợp cả 2 phương cách này mới có thể giúp cho người tín đồ học hỏi một cách có hiệu quả.

Người tín đồ cần phải hiểu được điều này để không chờ đợi một cách thụ động, mà phải tự mình tích cực học hỏi giáo pháp. Vai trò của chư tăng ni giờ đây chủ yếu là hướng dẫn người cư sĩ tự tìm học giáo pháp trong kinh điển, sách vở, và giúp giải quyết những nghi vấn phát sinh trong quá trình học tập. Nhiều vị tăng ni đã sớm nhận ra thực tế này nên đã dành thời gian viết những tập sách giảng giải giáo lý để người cư sĩ có thể dễ dàng tìm đọc. Việc làm đó của các vị đã góp phần bổ khuyết phần nào vào khoảng trống trong việc tu học mà người tín đồ ngày nay đang gặp phải.

Mặc dù có ít nhiều khác biệt như trên, nhưng chúng ta vẫn thấy rõ một điều là, dù xưa dù nay thì mái chùa vẫn là nơi đi về, quy hướng của đa số người dân Việt, vẫn là chỗ dựa tinh thần không gì có thể thay thế được, và cũng là nơi un đúc, đào luyện những giá trị đạo đức và tinh thần cho bất cứ ai biết quay về nương theo Tam bảo, để giúp họ vững bước trên con đường đời chông chênh nhiều đau khổ mà vẫn có thể sống vui trong an lạc và hạnh phúc vì luôn có một đời sống chân chính và hướng thiện.

MỤC LỤC

Thư ngỏ 5
LỜI NÓI ĐẦU 11
Hôm qua em đi chùa Hương........................15
Lên chùa thắp một nén hương... 19
Tam bảo là gì?...31
Từ Tam bảo đến Tam quy............................39
Y pháp bất y nhân 48
Từ Tam quy đến Ngũ giới... 54
Uy lực của quy giới......................................62
Những chuyển biến trong sự trì giới 72
Chùa xưa, chùa nay.....................................79

Lời thưa

Trong kinh Pháp Cú, đức Phật dạy rằng: "Pháp thí thắng mọi thí." Thực hành Pháp thí là chia sẻ, truyền rộng lời Phật dạy đến với mọi người. Mỗi người Phật tử đều có thể tùy theo khả năng để thực hành Pháp thí bằng những cách thức như sau:

1. Cố gắng học hiểu và thực hành những lời Phật dạy. Tự mình học hiểu càng sâu rộng thì việc chia sẻ, bố thí Pháp càng có hiệu quả lớn lao hơn. Nên nhớ rằng **việc đọc sách còn quan trọng hơn cả việc mua sách**.

2. Phải trân quý kinh điển, sách vở in ấn lời Phật dạy. Khi có điều kiện thì mua, thỉnh về nhà để tự mình và người trong gia đình đều có điều kiện học hỏi làm theo. Không nên giữ làm của riêng mà phải sẵn lòng chia sẻ, truyền rộng, khuyến khích nhiều người khác cùng đọc và học theo. Không nên để kinh sách nằm yên đóng bụi trên kệ sách, vì **kinh sách không có người đọc thì không thể mang lại lợi ích**.

3. Tùy theo khả năng mà đóng góp tài vật, công sức để hỗ trợ cho những người làm công việc biên soạn, dịch thuật, in ấn, lưu hành kinh sách, **để ngày càng có thêm nhiều kinh sách quý được in ấn, lưu hành**.

Thông thường, việc chi tiêu một số tiền nhỏ không thể mang lại lợi ích lớn, nhưng nếu sử dụng vào việc giúp lưu hành kinh sách thì lợi ích sẽ lớn lao không thể suy lường. Đó là vì đã giúp cho nhiều người có thể hiểu và làm theo lời Phật dạy. Mong sao quý Phật tử khắp nơi đều lưu tâm đóng góp sức mình vào những việc như trên.

TINH YẾU THỰC HÀNH PHÁP THÍ

- Mua thỉnh kinh sách về đọc, tự mình sẽ được rất nhiều lợi ích.
- Chia sẻ, truyền rộng bằng cách cho mượn, biếu tặng kinh sách đến nhiều người thì lợi ích ấy càng tăng thêm gấp nhiều lần.
- Đóng góp công sức, tài vật để hỗ trợ công việc biên soạn, dịch thuật, giảng giải, in ấn, lưu hành kinh sách thì công đức lớn lao không thể suy lường, vì có vô số người sẽ được lợi ích từ việc lưu hành kinh sách.

www.ingramcontent.com/pod-product-compliance
Lightning Source LLC
LaVergne TN
LVHW011736060526
838200LV00051B/3184